D1763688

கட்டுரைகள்

ரயிலேறிய கிராமம்

எஸ்.ராமகிருஷ்ணன்

தேசாந்திரி பதிப்பகம்

தேசாந்திரி பதிப்பக வெளியீடு: 35

ரயிலேறிய கிராமம் கட்டுரைகள்
எஸ்.ராமகிருஷ்ணன்

மூன்றாம் பதிப்பு: ஆகஸ்ட் 2025

தேசாந்திரி பதிப்பகம்,
டி-1, கங்கை அப்பார்ட்மெண்ட்,
110, 80 அடி ரோடு, சத்யா கார்டன்,
சாலிகிராமம், சென்னை 600 093.
தொலைபேசி: 044 23644947.
விலை: ரூ.150

Rayileriya Gramam- Essays
S.Ramakrishnan ©

Third Edition: Aug 2025, Pages: 152
Size: Demy 1x8, Paper: 18.6 kg maplitho

Published by :
Desanthiri Pathippagam
D-1, Gangai Apartments,
110, 80-Feet Road, Satya Garden, Saligramam,
Chennai - 600 093, Ph: 044 2364 4947
Email : desanthiripathippagam@gmail.com
www.desanthiri.com

ISBN: 978-93-87484-38-2
Book Design: R. Prakash
Wrapper Design: Manikandan
Printed by: Ramani Print Solution, Chennai.

Price: Rs. 150

எஸ். ராமகிருஷ்ணன்

எஸ். ராமகிருஷ்ணன், விருதுநகர் மாவட்டம் மல்லாங்கிணறு கிராமத்தில் 1966இல் பிறந்தார். முழுநேர எழுத்தாளரான இவர் தற்போது சென்னையில் வசிக்கிறார்.

சிறுகதைத் தொகுப்புகள்: எஸ். ராமகிருஷ்ணன் கதைகள், நடந்து செல்லும் நீரூற்று, பதினெட்டாம் நூற்றாண்டின் மழை, அப்போதும் கடல் பார்த்துக்கொண்டிருந்தது, நகுலன் வீட்டில் யாருமில்லை, புத்தனாவது சுலபம், வெளியில் ஒருவன், காட்டின் உருவம், தாவரங்களின் உரையாடல், வெயிலைக் கொண்டு வாருங்கள், பால்ய நதி, மழைமான், குதிரைகள் பேச மறுக்கின்றன. காந்தியோடு பேசுவேன், நீரிலும் நடக்கலாம், என்ன சொல்கிறாய் சுடரே.

நாவல்: உபபாண்டவம், நெடுங்குருதி, உறுபசி, யாமம், துயில், நிமித்தம், சஞ்சாரம், இடக்கை, பதின்.

கட்டுரைத் தொகுப்புகள்: விழித்திருப்பவனின் இரவு, இலைகளை வியக்கும் மரம், என்றார் போர்ஹே, கதாவிலாசம், தேசாந்திரி, கேள்விக்குறி, துணையெழுத்து, ஆதலினால், வாக்கியங்களின் சாலை, சித்திரங்களின் விசித்திரங்கள், நம் காலத்து நாவல்கள், காற்றில் யாரோ நடக்கிறார்கள், கோடுகள் இல்லாத வரைபடம், மலைகள் சப்தமிடுவதில்லை, வாசகபர்வம், சிறிது வெளிச்சம், காண் என்றது இயற்கை, செகாவின் மீது பனி பெய்கிறது, குறத்திமுடுக்கின் கனவுகள், என்றும் சுஜாதா, கலிலியோ மண்டியிடவில்லை, சாப்ளினுடன் பேசுங்கள், கூழாங்கற்கள் பாடுகின்றன, எனதருமை டால்ஸ்டாய், ரயிலேறிய கிராமம், பிகாசோவின் கோடுகள், இலக்கற்ற பயணி, செகாவ் வாழ்கிறார், ஆயிரம் வண்ணங்கள்.

திரைப்பட நூல்கள்: பதேர் பாஞ்சாலி—நிதர்சனத்தின் பதிவுகள், அயல் சினிமா, உலக சினிமா, பேசத்தெரிந்த நிழல்கள், இருள் இனிது ஒளி இனிது, பறவைக் கோணம், சாமுராய்கள் காத்திருக்கிறார்கள்.

குழந்தைகள் நூல்கள்: கால் முளைத்த கதைகள், ஏழு தலைநகரம், கிறுகிறு வானம், லாலிபாலே, நீளநாக்கு, தலையில்லாத பையன், எனக்கு ஏன் கனவு வருது, காசுகள்ளன், பம்பழாபம், சிரிக்கும் வகுப்பறை, அக்கடா.

உலக இலக்கியப் பேருரைகள்: ஆயிரத்தொரு அரேபிய இரவுகள், ஹோமரின் இலியட், ஷேக்ஸ்பியரின் மெக்பத், ஹெமிங்வேயின் கடலும் கிழவனும், தஸ்தாயெவ்ஸ்கியின் குற்றமும் தண்டனையும், லியோ டால்ஸ்டாயின் அன்னா கரீனினா, பாஷோவின் ஜென் கவிதைகள்.

வரலாறு: எனது இந்தியா. மறைக்கப்பட்ட இந்தியா.

நாடகத் தொகுப்பு: அரவான், சிந்துபாத்தின் மனைவி, சூரியனைச் சுற்றும் பூமி.

நேர்காணல் தொகுப்பு: எப்போதுமிருக்கும் கதை, பேசிக்கடந்த தூரம்.

மொழிபெயர்ப்புகள்: நம்பிக்கையின் பரிமாணங்கள், ஆலீஸின் அற்புத உலகம், பயணப்படாத பாதைகள்.

தொகை நூல்: அதே இரவு அதே வரிகள் *(அட்சரம் இதழ்களின் தொகுப்பு),* வானெங்கும் பறவைகள்.

ஆங்கிலத்தில் வெளிவந்துள்ள நூல்கள்: Nothing but water, Whirling swirling sky.

இணையதளம்: www.sramakrishnan.com

மின்னஞ்சல்: writerramki@gmail.com

முன்னுரை

நிலம் கற்றுத்தரும் பாடம் மகத்தானது, ஒரு போதும் மறக்கமுடியாதது.

இந்தியாவை ஒருமுறை சுற்றி வந்தவன் அதன்பிறகு வாழ்வின் மீது மிகுந்த பற்றும் நம்பிக்கையும் கொண்டவனாகவே இருப்பான். அலைந்து பாருங்கள் இந்தியா எவ்வளவு பெரியது, வளமையானது, உறுதியானது, என்பது புரியும்.

இந்தியாவில் பிறந்த ஒவ்வொருவரும் ஒருமுறையாவது இந்திய நதிகளை நேரில் பார்த்து வரவேண்டும். அப்போது தான் இந்தியா எவ்வளவு வளமையானது, எவ்வளவு பாரம்பரியமிக்கது என்பது புரியும். இந்தியா நதிகளால் ஒன்றிணைக்கப்பட்ட நாடு. நதியை ஒட்டியே நகரங்கள் இருக்கின்றன. நதியை ஒட்டியே கலைகள், கலாச்சார மாற்றங்கள் நிகழ்ந்திருக்கின்றன. இந்தியாவின் ஆன்மாவைத் தேடும் ஒரு பயணி நதி வழி செல்பவனாகவே இருப்பான்.

காலத்தின் விரல்கள் விநோதமானவை. அவை பொம்மலாட்டக்காரன் பார்த்துக்கொண்டிருக்கும் போதே பொம்மைகளை மாற்றி வேறு காட்சிகளை உருவாக்கிவிடுவது போல, வாழ்வில் மாறவே மாறாது என்று நம்பிக் கொண்டிருந்த காட்சிகள் யாவையும் கண் முன்னே மாற்றிவிடுகின்றன.

எனது பயணத்தின் ஊடாக நான் கண்ட காட்சிகள். பெற்ற அனுபவங்கள், சந்தித்த மனிதர்கள். வியந்த இடங்கள் இவை பற்றிய கட்டுரைகளே ரயிலேறிய கிராமம். இதன் ஊடாகப் பயணத்தையும் வாழ்கை அனுபவத்தையும் முதன்மைப்படுத்திய நூல்களைப் பற்றிய கட்டுரைகளும் இடம்பெற்றுள்ளன.

ஆசான்கள் எஸ். ஏ.பெருமாள், கவிஞர் தேவதச்சனுக்கும், என்னையும் எழுத்தையும் நேசிக்கும் அன்பு மனைவி சந்திரபிரபா, பிள்ளைகள் ஹரி மற்றும் ஆகாஷ் இருவருக்கும் இதை வெளியிடும் தேசாந்திரி பதிப்பகத்திற்கும் அன்பும் நன்றியும்.

சென்னை மிக்க அன்புடன்
08.06.2018 **எஸ். ராமகிருஷ்ணன்**

பொருளடக்கம்

1. ரயிலேறிய கிராமம் — 11
2. வாரிச்சூடினும் பார்ப்பவரில்லை — 21
3. முல்லைப்புரத்து மனிதர்கள் — 26
4. சிறியதே அழகு — 29
5. ஒரு வாழ்க்கையின் துகள்கள் — 35
6. நதி வழி நடந்தேன் — 41
7. இரவிற்கு எல்லாம் தெரியும் — 46
8. விந்தை ஓவியன் வாங்ஃபோ — 51
9. தனித்திருத்தல் — 59
10. யானையின் கண்ணீர் — 63
11. ஜராதுஷ்ட்ராவின் ஞானம் — 67
12. கவிதை கேட்ட நரி — 72
13. தாயும் மகளும் — 77
14. அறியப்படாத தீவு — 81
15. குட்டி இளவரசன் பூக்களோடு பேசுகிறான் — 85
16. காலத்தை செதுக்குதல் — 90
17. தொலைக்காட்சியின் பின்னால் — 94
18. கோகலின் மூக்கு — 99
19. கதை சொல்லும் காலம் — 103
20. வரலாறு என்னும் கதை — 107

21. அஸீஸ் பே சம்பவம் — 110
22. சோபியின் உலகம் — 113
23. கணிதப்புதிர்களின் நாயகன் — 116
24. குடக்கூலி வண்டிகள் — 120
25. முராகமி ஓடுகிறார் — 123
26. ஷேக்ஸ்பியரின் பறவைகள் — 129
27. காற்றின் நிறம் — 140
28. கீயிங்கே வனத் திருடன் — 146

ரயிலேறிய கிராமம்

எதிர்பாராமல் வாசிக்கக் கிடைக்கும் நல்ல புத்தகம் மனதை மிகுந்த உற்சாகம் கொள்ள வைத்துவிடுவது வழக்கம். டெல்லி உலகப் புத்தகக் கண்காட்சியில் தற்செயலாக வாங்கிய THIRD CLASS TICKET என்ற Heather Woodன் புத்தகத்தை வாசித்து முடித்தபோது இத்தனை நாள் இதை எப்படித் தவறவிட்டிருந்தேன், அற்புதமான புத்தகம் என்று மகிழ்ச்சியாக இருந்தது.

இது ஒரு உண்மைச் சம்பவம் என்பது கூடுதலாகப் புத்தகத்தின் மீது மதிப்பு வரும்படியாகச் செய்திருந்தது. கடந்த இரண்டு நாட்களாகவே இதைப்பற்றி சந்திக்க வரும் நண்பர்கள் பலருடன் பேசிக்கொண்டிருந்தேன். எப்படி இதைத் திரைப்படமாக எடுக்காமல் இத்தனை ஆண்டுகாலம் விட்டுவைத்திருக்கிறார்கள் என்று வியப்பாக இருந்தது. இதைத் தமிழில் யாராவது மொழி யாக்கம் செய்தால் நிச்சயம் வரவேற்பு கிடைக்கும்.

இந்தியாவைப் பற்றி வெளிநாட்டவர்கள் எழுதும் பயண நூல்களில் தொண்ணூறு சதவீதம் குப்பையானவை. ஸ்டார் ஹோட்டல்களில் தங்கிக்கொண்டு மியூசியம், கோட்டைகள், யானைச்சவாரி, வனச்சுற்றுலா என்று பொழுதுபோக்கியதைப்பற்றி சலிப்பூட்டும் வகையில் எழுதியிருப்பார்கள். இன்னொருவகை எழுத்து காசி, இமயமலை, நேபாளம் என்று சாமியார்களையும், ஞானிகளையும் தேடியதாக இருக்கும். இரண்டுமே எனக்கு விருப்பமானவையில்லை.

ஆகவே இந்தியாவைப் பற்றிய பயணநூல் எதையும் வாங்க மாட்டேன். இந்தப் புத்தகத்தை வாங்க வைத்தது அதன் தலைப்பு. மற்றும் அதற்கான முகப்பு புகைப்படம். கையில் எடுத்துப் பத்துப் பக்கம் புரட்டியதும் இது மாறுபட்ட புத்தகம் என்று உணர்ந்து வாங்கிக்கொண்டேன்.

திருவண்ணாமலை செல்லும் பயணத்தில் இப்புத்தகத்தைக் கையில் எடுத்துக்கொண்டேன். மறுநாள் திரும்பி வருவதற்குள் புத்தகத்தை வாசித்து முடித்துவிட்டேன்.

பயணம் மனிதர்களுக்கு எதையெல்லாம் கற்றுத்தருகிறது என்பதற்கு சாட்சி போலிருக்கிறது இப்புத்தகம். தொலைக்காட்சி பிம்பங்களாக உலவும் இந்தியாவைத் தாண்டி, உண்மையான இந்தியாவை அறிந்து கொள்ள முற்படும் ஒவ்வொருவரும் அவசியம் இந்நூலை வாசிக்க வேண்டும்.

1969 ஆம் ஆண்டு வங்காளத்தின் மிகச்சிறிய கிராமம் ஒன்றினைச் சேர்ந்த 44 பேர் ஒட்டுமொத்த இந்தியாவையும் சுற்றிப்பார்த்து வருவது என்று ஒரு பயணம் கிளம்பினார்கள். இது புனிதப்பயணமோ சுற்றுலாவோ கிடையாது. அறிவையும் அனுபவத்தையும் தேடிய யாத்திரை.

அவர்கள் அதுவரை தனது சொந்தக் கிராமத்தை தவிர வேறு எந்த ஊரையும் பார்த்தவர்கள் கிடையாது. வாழ்வில் முதல்முறையாக வெளியூர்களுக்குப் பயணம் கிளம்பினார்கள்.

கல்கத்தாவில் துவங்கி காசி, சாரநாத், லக்னோ, ஹரித்துவார், டெல்லி, ஆக்ரா, ஜான்சி, குஜராத், அஜ்மீர், ஜெய்ப்பூர், பம்பாய், ஹைதராபாத், மைசூர், ஊட்டி, கோயம்புத்தூர், கொச்சி, கன்னியாகுமரி மதுரை, ராமேஸ்வரம், மகாபலிபுரம், பூரி, கொனார்க், டார்ஜிலிங், காங்டாக் மீண்டும் கல்கத்தா என்று நீள்கிறது இப்பயணம்.

இந்த மகத்தான ரயில் பயணத்தில் கிராம மக்கள் கண்ட வரலாற்று முக்கிய இடங்கள், ஆறுகள், மலைகள், முக்கிய நகரங்கள், கலை நிகழ்ச்சிகள், அதனால் உருவான அவர்களின் மனநிலை மாற்றங்கள். இந்தியா என்பது எவ்வளவு மாறுபட்ட நிலப்பரப்பு மற்றும் பண்பாடுகளின் ஒருமித்த சங்கமம் என்பதை உணர்ந்த விதம், உணவு மற்றும் பழக்கவழக்கங்களின் மாறுதல்கள், நோய்மையுதல், சுய அடையாளங்களை மறுபரிசீலனை செய்து கொள்வது என்று பயணம் மனிதர்களுக்குள் எவ்வளவு மாற்றங்களைக் கொண்டுவரும் என்பதைத் துல்லியமாக விவரித்திருக்கிறார் ஹீதர் வுட்.

கிராமவாசிகளின் பயணத்தின் ஊடே தானும் இணைந்து கொண்ட மானுடவியல் ஆய்வாளரான ஹீதர் வுட் 15,000 கிலோ மீட்டர் தூரம் அவர்களுடன் மூன்றாம் வகுப்பு ரயில் பெட்டியில் பயணம் செய்திருக்கிறார். அவளை வெள்ளைக்காரப் பெண் என்று சற்று விலகியவளாக நடத்திய கிராமவாசிகள் பயண முடிவிற்குள் தங்களது சொந்த மகளைப் போல, சகோதரி போல நடத்திய அனுப் வத்தை ஹீதர் வுட் அழகாகப் பதிவு செய்திருக்கிறார்.

இதுவரை எழுதப்பட்ட பயண நூல்களில் இருந்து மூன்றாம் வகுப்பு டிக்கெட் முற்றிலும் மாறுபட்டது. இது ஒரு இந்தியக் கிராமம் ஒட்டுமொத்த இந்தியாவைச் சுற்றி வந்த சவாலான அனுபவத்தின் அசலான பதிவு. கிராமவாசிகளின் கண்களால் இந்தியாவின் பழமையும் புதுமையும் எப்படி உள்வாங்கிக் கொள்ளப்படுகின்றன என்பதன் நேரடி சாட்சியாக இந்நூல் உள்ளது.

சொந்த ஊர்ப்பற்று, தாய்மொழிப்பற்று, உள்ளூர் சாப்பாடு, உள்ளூர் பழக்கவழக்கம் என்று தன்னைச் சுற்றிய சிறிய வட்டத் திற்குள் இருந்தபடியே உலகைப் பார்த்துப் பழகிய மனிதர்களுக்கு, பயணம் இந்த வட்டத்தை விலகி உலகம் எவ்வளவு பெரியதாக இருக்கிறது பாருங்கள் என்று கண்முன்னே காட்டுகிறது. அந்த அனுபவத்தை வார்த்தைகளால் சொன்னால் புரியாது, வாழ்ந்து அனுபவிக்க வேண்டும். அப்படியான அனுபவத்தைத் தேடிச் சென்ற கிராமவாசிகளை, அவர்களின் விசித்திரமான மன இயல்புகளை மிக அழகாக இப் புத்தகம் பதிவு செய்திருக்கிறது.

வங்காள கிராமவாசிகள் ஒரு இந்தியப் பயணம் துவங்கியதே தனிக்கதை.

1969 ஆம் ஆண்டு கல்கத்தாவில் உள்ள ரயில்வே துறையின் உயர் அலுவலகம் ஒன்றிற்கு வந்த ஸ்ரீமதி சென் என்ற வயதான பெண், தான் இன்னும் இரண்டு மாதங்களில் நோயில் இறந்து போக இருப்பதாகவும், அதற்குள் தன்னுடைய கிராமத்தைச் சேர்ந்த மக்கள் உலக அனுபவத்தைப் பெற வேண்டும் என்பதற்காகத் தனது சொத்து முழுவதையும் செலவு செய்து அவர்களை ஒட்டுமொத்த இந்தியாவையும் ஒரு முறை பார்த்து வரச் செய்ய விரும்புவதாகக் கூறினார்.

ரயில்வே அதிகாரி, இது முட்டாள்தனமான காரியம் என்பது போல பார்த்தபடியே இந்தியாவை ஏன் அவர்கள் சுற்றிப்பார்க்க வேண்டும் என்று கேட்கிறார்.

அதற்கு ஸ்ரீமதி சொன்ன பதில் சொன்னார்:

‘என்னுடைய கிராமத்தைச் சேர்ந்த மக்களுக்கு வெளியுலகமே தெரியாது. அவர்கள் கல்கத்தாவைக்கூட பார்த்தது கிடையாது. உள்ளூரிலே பிறந்து வளர்ந்து, வாழ்ந்து இறந்து போய்விடுகிறார்கள். இந்தியா எவ்வளவு பெரியது, எவ்வளவு கிராமங்கள், நகரங்கள் இருக்கின்றன, யார் நம்மை ஆள்கிறார்கள், எங்கிருந்து ஆள்கிறார்கள், நாட்டின் தலைநகர் எப்படியிருக்கும், பிரம்மாண்டமான மலைகள், நதிகள் எங்கேயிருக்கின்றன, மற்ற ஊர்களில் மக்கள் எப்படி வாழ்கிறார்கள், விவசாயிகள் எப்படி விவசாயம் செய்கிறார்கள், சந்தை எப்படியிருக்கிறது, கோவில்கள் எவ்வாறு இருக்கின்றன, வேறுபட்ட உணவும், உடையும், பழக்கவழக்கங்களும் எப்படியிருக்கின்றன என்பதை எல்லாம் அவர்கள் நேரில் அனுபவித்து வர வேண்டும். இதுதான் எனது நோக்கம். இந்தப் பயணத்தின் வழியே அவர்கள் இந்தியாவை முழுமையாகப் புரிந்து கொள்ள வேண்டும். அப்படி செய்தால் அதன் பிறகு கிராமம் மேம்படும், கூடவே அவர்களுக்குள் சண்டை சச்சரவுகள் வராது. அதற்காகவே இந்த ஏற்பாடினைச் செய்ய விரும்புகிறேன்.’

ரயிலில் மூன்றாம் வகுப்புப் பயணம் மேற்கொள்வதற்கு வசதியாக ஒரு தனிப் பெட்டியை ஒதுக்கித் தர முடிந்தால் அதற்கான மொத்த செலவையும் நான் ஏற்றுக்கொள்கிறேன். இது என்னுடைய நெடு நாளைய கனவு. இதை நீங்கள்தான் நிறை வேற்ற வேண்டும்.’

ரயில்வே துறையின் அதிகாரி இந்த விசித்திரமான கோரிக்கையை தான் நிறைவேற்றி வைப்பதாகவும் அதற்கான பணத்தைக் கட்டும்படியாகச் சொல்லிவிட்டு, இவர்களை யார் வழிநடத்துவார்கள், யாராவது விபரங்களை எடுத்துச் சொல்லா விட்டால் கிராம மக்களால் எதையும் புரிந்து கொள்ள முடியாதே’ என்று கேட்கிறார்.

அதற்கு ஸ்ரீமதி சென் ‘கல்கத்தாவில் எங்கள் கிராமத்தைச் சேர்ந்த ஒரு பள்ளி ஆசிரியர் இருக்கிறார். அவர் கிராமவாசிகளுடன் இணைந்து பயணம் செய்து இந்தியாவை அறிமுகம் செய்து வைப்பார்’ என்று சொன்னார்.

பயண ஏற்பாடு முடிவாகிறது. ஆனால் ஸ்ரீமதி சென் இறந்து போய்விடுகிறார். அவரது கடைசி ஆசையை நிறைவேற்ற கிராமம் முன்வருகிறது. ஒட்டுமொத்த கிராமத்தையும் ஒரு ரயில்வே பெட்டியில் ஏற்றிக்கொண்டு போக முடியாது என்பதால்

நாற்பது பேர் பயணத்திற்காகத் தேர்வு செய்யப்படுகிறார்கள். அந்த நாற்பது பேருடன் ஒரு உள்ளூர் சமையல்காரன் சேர்த்துக் கொள்ளப்படுகிறார். காரணம், உள்ளூர் முறைப்படி ரயிலிலே சமைத்து சாப்பிடுவதாக இருந்தால் மட்டுமே பயணம் வரமுடியும் என்று அத்தனை கிராமவாசிகளும் ஒரே குரலில் சொல்கிறார்கள். இவர்களுடன் ஓரளவு ஆங்கிலம் தெரிந்த ஒரு மொழிபெயர்ப்பாளர் மற்றும் வைத்தியம் அறிந்த பெண் ஆகியோரும் பயணம் செய்யத் துவங்குகிறார்கள்.

பயணம் குறித்த கற்பனையும் பயமுமாக முதல் அத்தியாயம் துவங்குகிறது. அவர்களுக்கான மூன்றாம் வகுப்பு டிக்கெட் இருக்கிறது. அதை வாங்கிக்கொண்டு அவர்களாக கல்கத்தா போக வேண்டும். அங்கேதான் ஆசிரியர் அவர்களுடன் இணைந்து கொள்வார் என்று அறிவிக்கப்படுகிறது. ரயில் டிக்கெட்டை எப்படி பத்திரமாக வைத்துக் கொள்வது என்பதில் குழப்பம் துவங்குகிறது.

கல்கத்தாவில் போய் இறங்கி டிராமில் போனால் பள்ளி ஆசிரியரைச் சந்தித்துவிடலாம். ஹௌரா பாலத்தில் நடந்து போனால் அவர்கள் வழி தப்பி விடுவார்கள் என்று ஆலோசனை சொல்கிறார் ரயில்வே ஊழியர்.

'எவ்வளவு தூரமாக இருந்தாலும் நடப்பதுதான் எங்கள் வழக்கம். டிராம், கிராம் எல்லாம் வேண்டாம்' என்று கிராம மக்கள் கல்கத்தா போய் இறங்குகிறார்கள்.

நகரம் ஒரே குப்பையும் தூசியுமாக உள்ளது. அதைக்கண்ட ஒரு பெண் 'சே, கையில் விளக்குமாறைக் கொண்டுவராமல் போய்விட்டேனே. இல்லாவிட்டால் தெருவைச் சுத்தம் செய்திருக் கலாமே என்று ஆதங்கப்படுகிறார். ஏன் இந்த ஊரில் அசுத்தங்களை பற்றி யாருமே கவலைப்படுவதில்லை. அவர்கள் வேலையைப் பார்த்துக் கொண்டு போய்க்கொண்டேயிருக்கிறார்களே என்று திகைப்பாக இருக்கிறது.

அதைவிட சாலையோர நடைபாதைகளில் குடியிருப்பவர்களைக் கண்டு ஏன் இவர்களுக்கு வீடு இல்லை என்று விசாரிக்கிறார்கள். நடைபாதைதான் வீடு என்பதை அவர்களால் ஏற்றுக்கொள்ள முடியவில்லை. இவ்வளவு பெரிய நகரில் சாதாரண மனிதர்கள் வீடு கட்டிக்கொள்ளவா இடமில்லை என்று ஒருவர் கோப்படுகிறார்.

அவர்கள் நகரம் என்பதை முதன்முறையாக எதிர்கொள்கிறார்கள். அதன் நெருக்கடி, பரபரப்பு, பணம் மதிப்பில்லாமல் போகும் விதம். மனித உறவுகள் அந்நியப்பட்டுப் போனதைக் கண்கூடாகக்

காண்கிறார்கள். ஆனால் இவை எல்லாம் தாண்டி மனிதர்கள் நேசமிக்கவர்கள் என்றே கிராமவாசிகள் நினைக்கிறார்கள். பரிவோடு நடந்துகொள்கிறார்கள்.

ரயில்வே துறை அவர்களை மந்தைகளைப் போல மரியாதையின்றி நடத்துகிறது. பலரும் காசிற்குப் பிடித்த தண்டம், வீண் வேலை என்று கேலி செய்கிறார்கள். கிராமவாசிகள் அந்தக் கேலியைப் பொருட்படுத்துவதேயில்லை.

ஆசிரியர் அவர்களுடன் இணைந்து கொள்கிறார். இந்தியப் பயணம் துவங்குகிறது. குழந்தையைத் தொட்டிலில் போட்டுத் தாலாட்டுவதை போல ரயில் தங்களைத் தாலாட்டுகிறது என்று ஒரு கிராமத்துப் பெண் மிகவும் ரசித்து அனுபவிக்கிறார், இன்னொரு வருக்கோ ரயில்வேகம் பயமுறுத்துவதாக உள்ளது. உள்ளூர் சமையல் காரனைக் கொண்டு சமைத்த உணவைச் சாப்பிட்டு அவர்கள் கோழித்தூக்கம் தூங்குகிறார்கள்.

பயணத்தின்போது ஒரு இடத்தில் தங்கள் வழிகாட்டியிடம் 'சுற்றுலா பயணி என்பது யார்' என ஒரு கிராமவாசி கேட்கிறார்.

அதற்கு, 'கையில் பணம் வைத்துக்கொண்டு பொழுதுபோக்க வளர் ஊராகச் சுற்றியலைபவரே சுற்றுலா பயணி' என்று பதில் சொல்கிறார் வழிகாட்டி.

'பணத்தை ஊர் சுற்றுவதற்காகவே சம்பாதிக்கின்ற ஆள்கள் இருக்கிறார்களா?' என்று வியப்போடு கேட்கிறார் கிராமவாசி.

'ஆமாம், நிறைய வெளிநாட்டவர்கள் இப்படி சுற்றுலா வருவார்கள்' என்று சொல்கிறார்.

ஒவ்வொரு ஊரிலும் சுற்றுலா பயணிகள் என்ன செய்வார்கள் என்று கிராமவாசி கேட்டதற்கு, தனக்குப் பிடித்தமானதைப் புகைப் படம் எடுத்துக் கொள்வார்கள் என்று வழிகாட்டி பதில் சொல்கிறார்.

'புகைப்படம் எடுப்பதன் வழியே ஒன்றை எப்படிப் புரிந்துகொள்ள முடியும்? அதற்காக ஒருவன் இவ்வளவு தூரம் பயணம் செய்வது முட்டாள்தனமாகயில்லையா?' என்று கேட்கிறார் இன்னொரு கிராமவாசி.

இப்படி பயணம் அவர்களின் மனதில் நிறையக் கேள்விகளை உருவாக்குகிறது. அதற்கான பதிலை நிறைய நேரங்களில் அவர்கள் அனுபவித்து அறிந்து கொள்கிறார்கள்.

புத்தகமெங்கும் அவர்களின் கேள்விகள் மிக முக்கியமானவை.

இந்தியாவை வெள்ளையர்கள் ஆண்டார்கள் என்று வழிகாட்டி கூறும்போது, ஒரு கிராமவாசி நம்மை விட அதிக வெள்ளைக்காரர்கள் இந்தியாவில் இருந்தார்களா என்று சந்தேகத்துடன் கேட்கிறார். 'இல்லை, பத்து சதவீதம் கூட கிடையாது' என்று வழிகாட்டி சொல்கிறார்.

'நம்மை விட எண்ணிக்கையில் குறைவானவர்கள் நம்மை ஆண்டது எப்படி? ஏன் மக்கள் அதை அனுமதித்தார்கள்' என்று குழப்பத்துடன் கேட்கிறார் விவசாயி. அதுபோலவே தன் குடும்பத்தை இங்கிலாந்தில் விட்டுவிட்டு ஏன் வெள்ளைக்காரன் இந்தியா வந்தான்? மந்திரிகள் மற்றும் பதவியில் இருப்பவர்கள் ஏன் சாமான்ய மக்களைச் சந்திப்பதேயில்லை' என்று கிராமவாசிகள் கேட்கிறார்கள்.

பயணம் இந்தியாவின் கடந்தகாலத்தையும் நிகழ்காலத்தையும் அவர்களுக்கு ஒருங்கே புரியவைக்கிறது. கண்முன்னே காணும் இந்தியா ஒரு கலவை என்பதை அவர்கள் உணர்ந்து கொள்கிறார்கள்.

'வங்காளியான நாம்தான் இந்தியாவில் உயர்வானவர்கள் என்றிருந்தோம். அதற்கு வெளியே இவ்வளவு மக்கள் உயர்வாகவும் அமைதியாகவும் வாழ்கிறார்கள். என்றால் வங்காளிகள் தங்களைப் பெருமை பேசிக்கொண்டது வெறும் சுயதம்பட்டம்தானா' என்று கிராமவாசி கேட்பது பயணம் அவரை மாற்றியிருப்பதன் அடையாளமாகவே உள்ளது.

பாதி பயணத்திற்குள் சமையல்காரன் போய்விடுகிறான். வெளி உணவை ஏற்றுக்கொள்ள மறுத்து பட்டினி கிடக்கிறார்கள். முடிவில் வங்காளச் சமையல் அறிந்த பெண்மணியைத் தேடிப்பிடித்து மாற்று ஏற்பாடு செய்கிறார்கள். ஆனால் வேறுவழியில்லை என்ற நிலை உருவானபோது அவர்களின் உணவுப் பழக்கம் மாற ஆரம்பிக்கிறது. பழகிய சாப்பாடு பயணத்தின்போது ஒரு மனிதனை எவ்வளவு படுத்தி எடுக்கும் என்பதை அழகாக விவரித்திருக்கிறார்கள்.

அதுபோலவே பயணத்தில் நோய்மையுறுவது, திடீரென ஒருவருக்குக் குளிரில் அவதிப்பட்டு நுரையீரலில் சுவாச அழற்சி உருவாகிறது. நிறையப் பேருக்கு கைகால் வலி உருவாகிறது. வயிற்று உபாதைகள் ஏற்படுகின்றன. இதற்காக உடனடி மருத்துவ சிகிச்சை தேவைப்படுகிறது. அதற்காக மருத்துவரைத் தேடியலைகிறார்கள். இந்த நிலையில் பயணத்தை முடித்துவிடலாமா என்ற யோசனை கூட எழுகிறது. ஆனால் பயணம் எக்காரணம் கொண்டும்

தடைப்படக்கூடாது என்று மருந்து சாப்பிட்டபடியே பயணம் மேற்கொள்கிறார்கள்.

ரயிலில் ஸ்ரீமதி சென்னின் புகைப்படத்திற்குத் தினமும் பூ போட்டு வணங்குகிறார்கள். கட்டுப்பெட்டியாக வீட்டிற்குள் அடைந்து கிடந்த பெண்களின் இயல்பு பயணத்தில் உருமாறுகிறது. தங்களுக்குள் இருந்த பேதம் கரைந்து போய் தாங்கள் அனைவரும் ஒரே ஊர் என்பதை அவர்கள் உணர்கிறார்கள்.

கோவில்கள், கலைநிகழ்ச்சிகள், வரலாற்றுப் புகழ்மிக்க இடங்கள், வயல்வெளிகள், தங்களைப் போன்ற விவசாய கிராமங்கள், சிறியதும் பெரியதுமான நகரங்கள் என்று முடிவில்லாமல் சுற்றிய இவர்கள் கொச்சி வழியாக கன்னியாகுமரிக்கு வருகிறார்கள். அங்கிருந்து மதுரை, மகாபலிபுரம் என்று சுற்றி ஒரிசா போய்விடுகிறார்கள்.

தங்களது கிராமத்தில் இருந்து கிளம்பியபோது இருந்த அவர்களின் உலக அறிவு மெல்ல விரிந்து தங்களைத் தாங்களே வழிநடத்திக் கொள்கிறார்கள். நெருக்கடிகளை எதிர்கொண்டு தானே சமாளித்து மீள்கிறார்கள். மனித உறவையும் அன்பையும் பகிர்ந்து தருகிறார்கள். இந்தியாவின் நீண்ட வரலாற்றையும் பண்பாட்டையும் எழுச்சி வீழ்ச்சியையும் அறிந்துகொள்ளும்போது தங்களின் வாழ்க்கை என்பது வானில் ஒளிரும் சிறிய வெளிச்சம் மட்டுமே என்பதைப் புரிந்து கொள்கிறார்கள். பயணம் அவர்களுக்கு நிறைய ஆச்சரியங்களை அளிக்கிறது. நிறையப் பாடங்களைக் கற்றுத்தருகிறது. ரயிலை அவர்கள் நேசிக்கிறார்கள்.

ரயில் வெறும் வாகனம் இல்லை. அது இந்தியாவை ஒன்றிணைக்கும் ஒரு நீள்கரம். கிராமவாசிகள் மூன்றாம் வகுப்பு பெட்டியில் பயணம் செய்வதன் வழியே புழுதிக்காற்றும் வெக்கையும் தாகமுமாக இந்தியாவை அதன் உண்மையான ரூபத்தில் கண்டடைகிறார்கள். அது ஒரு மகத்தான தரிசனம். வாழ்நாள் முழுவதும் மறக்கமுடியாத நிகழ்வு.

இந்தியாவினை முழுமையாகக் காண்பதற்கு ஒருவனுக்கு அவனது வாழ்நாள் போதாது. இந்தியாவில் வாழ்பவர்கள் ஒருமுறையாவது அத்தனை முக்கிய நதிகளையும் கண்டுவிட வேண்டும். நதி வழிதான் நகரங்களும் இருக்கின்றன. ஆகவே நதிகளையும் நகரங்களையும் இணைத்தே பயணம் மேற்கொள்ளலாம்.

வரலாற்று முக்கியத்துவம் வாய்ந்த இடங்கள், பௌத்தம், சமணம், சீக்கியம் சார்ந்த முக்கிய இடங்கள், புகழ்பெற்ற கோவில்கள், புனிதர்களின் இடங்கள் அடர்ந்த வனங்கள், மலைகள், பள்ளத்தாக்குகள், தேயிலை — காபி தோட்டங்கள்,

கோதுமை வயல்கள், மலைநகரங்கள், கானுயிர் வசிப்பிடங்கள், மிகப்பெரிய ஏரிகள், ஆறுகள், பாலைநிலம், சிறியதும் பெரியதுமான நகரங்கள், இசை, நடனம், ஓவியம், சிற்பக்கலை சார்ந்த மையங்கள், பிரசித்திபெற்ற கல்வி நிலையங்கள், அறிவுத்துறை சார்ந்த ஆய்விடங்கள், இயற்கையோடு இணைந்த கிராமங்கள் என்று சுற்றிக்காண்பதற்கு இந்தியாவில் எவ்வளவோ இருக்கின்றன. அதில் பாதியை ஒருவனால் காணமுடிந்தால் அவன் பாக்கியவான்.

இந்தப் புத்தகத்தை வாசிக்கையில் நாடோடியாக நான் சுற்றியலைந்த இந்தியப் பயண நினைவுகள் மேலோங்கி வந்து நெகிழ்ச்சியுறச் செய்தது. இதே அனுபவத்தை, அவமானத்தை, சந்தோஷத்தை நானும் அடைந்திருக்கிறேன் என்று நிறைய இடங்களில் பக்கத்தை மூடிவைத்துவிட்டு கண்களை மூடி கடந்தகாலத்தை நினைத்துக் கொண்டேயிருந்தேன்.

பயணம் முழுவதும் கிராமவாசிகள் அவர்கள் உடைகளுக்காகவும், எளிய தோற்றத்திற்காகவும் பிச்சைக்காரர்கள் என்றே படித்த வர்களால் கேலி செய்யப்படுகிறார்கள். அவர்கள் அதைக் கண்டு கொள்வதில்லை, உண்மையில் பயணம் நமது அடையாளத்தை உதறச் செய்துவிடுகிறது. நம்மை வெறுப்பவனைக்கூட நேசிக்கச் செய்யும் மனதைத் தந்துவிடுகிறது. பயணியாக இருப்பது ஒரு சுகம். அபூர்வநிலை.

சாதாரணக் கூலி வேலை செய்யும் ஒரு வெள்ளைக்காரன் இந்தியாவிற்குப் பயணியாக வரும்போது அவனுக்கு நாம் கொடுக்கும் மரியாதையை, இங்குள்ள கிராமவாசிகள் பயணம் செய்யும்போது நாம் தருவதேயில்லை. ஏன் இந்த வேறுபாடு, அலட்சியம்.

அவமதிப்பும், எதிர்பாராமையும், கைவிடப்படலும் பயணத்தின் இணைபிரியாத தோழமைகள். அதைத் தவிர்த்து ஒருவனால் பயணம் மேற்கொள்ளவே முடியாது.

இந்த நூலில் கிராமவாசிகள் இந்தியாவைச் சுற்றிப் பார்த்துவிட்டு தனது சொந்த கிராமத்திற்குத் திரும்பும் அத்தியாயம் மிகுந்த உணர்ச்சிமயமாக விவரிக்கப்பட்டுள்ளது.

மனம் மாறியவர்களாக கிராமவாசிகள் நடந்துகொள்கிறார்கள். உலகம் கற்றுத்தந்த பாடத்தை தனது கிராமத்தில் உடனே நடை முறைப் படுத்துகிறார்கள். ஸ்ரீமதி சென்னின் கனவு நனவாகிறது.

இந்த நூலெங்கும் ஆதாரக் குரல்போல் ஒலிப்பது, மனித நம்பிக்கை குறித்த ஹீதர் வுட்டின் கருத்துகளே.

ஹீதர் வுட் சொல்கிறார்: மனிதனின் உண்மையான சந்தோஷம் என்பது குடும்ப விசேஷமோ அல்லது நிறைய சம்பாதிப்பதோ இல்லை. அந்த மகிழ்ச்சிகள் தற்காலிகமானவை. கடந்து போய்விடக் கூடியவை. உண்மையான சந்தோஷம், எதிர்வரும் தலை முறையான நமது பிள்ளைகள் நம்பிக்கையுடன் வாழ்க்கையை எதிர்கொள்ளுமாறு செய்வதே. அதை நாமே உருவாக்க வேண்டும்.

சகல கஷ்டங்களையும் கடந்து வாழ்க்கை இனிமையானது என்று அவர்கள் நம்பிக்கை கொள்ள வேண்டும். அப்படியான முன்மாதிரி வாழ்க்கையை நாம் வாழ்ந்து காட்டினால் மட்டுமே நம்முடைய பிள்ளைகள் அதைக் கடைப்பிடிப்பார்கள். ஆகவே நம்பிக்கைதான் மனிதனின் ஆதாரசக்தி. அதை உருவாக்கி வலுப்படுத்த வேண்டும்.

நகரம் மனிதர்களின் பேராசையால் நிரம்பியிருக்கிறது, கிராமமோ புறக்கணிக்கப்பட்ட நிலையில் கூட உறுதியான நம்பிக்கையைத் தன் பக்கம் வைத்திருக்கிறது. ஒரு உண்மையைப் புரிந்து கொள்ளுங்கள். கிராமத்தின் அழியாத நம்பிக்கைகள் கைவிடப்பட்டால் இந்தியாவிற்கு எதிர்காலமே இருக்காது.

திறந்த மனதுடன், எளிமையுடன், நேசத்துடன், பேராசையும் வன்முறையும் இன்றி, அறிவையும் அனுபவத்தையும் பகிர்ந்து தர வேண்டியது ஒவ்வொரு மனிதனின் கடமை. அந்தக் கடமைக்கு நம்மைத் தயார் செய்வதற்கே இதுபோன்ற பயணங்கள் தேவைப்படும்கிறது."

ஹீதர் வுட்டின் இந்த எளிய வாசகங்கள் உண்மையானவை. இந்தியாவை ஒருமுறை சுற்றிவந்தவன் அதன்பிறகு வாழ்வின் மீது மிகுந்த பற்றும் நம்பிக்கையும் கொண்டவனாகவே இருப்பான்.

நிலம் கற்றுத்தரும் பாடம் மகத்தானது. ஒருபோதும் மறக்க முடியாதது.

அலைந்து பாருங்கள் இந்தியா எவ்வளவு பெரியது, வளமையானது, உறுதியானது என்பது புரியும்.

வாரிச்சூடினும் பார்ப்பவரில்லை

வாரிச்சூடினும் பார்ப்பவரில்லை என்ற பயணியின் மொழியாக்கத்தில் வெளியான சீனக்கவிதை நூல் சமீபத்தில் வெளியான புத்தகங்களில் கவனிக்கப்பட வேண்டிய ஒன்று. 'காலச்சுவடு பதிப்பகம் இதை வெளியிட்டுள்ளது. சீனாவின் மரபு இலக்கியக் கவிதைகள் நேரடியாக சீன மொழியில் இருந்து தமிழுக்கு மொழியாக்கம் செய்யப்பட்டு வெளியாகியிருப்பது இதுவே முதல்முறை.

ஐரோப்பிய இலக்கியங்கள், ருஷ்ய இலக்கியங்கள் அறிமுகமான அளவிற்கு தமிழில் சீன இலக்கியங்கள் அறிமுகமானதில்லை. லூசுன் சிறுகதைகள், லாவோட்சூவின் தாவோ மொழியாக்கம், கன்ஃபூஷியஸின் தத்துவங்கள், இளைஞன் ஏர்கையின் திருமணம், பெருஞ்சுவருக்குப் பின்னே, மிதந்திடும் சுயபிரதிமைகள் போல மிகக் குறைவான புத்தகங்களே தமிழில் வாசிக்க கிடைக்கின்றன,

நான் சீன இலக்கியங்களை வாசிப்பதில் அதிக நாட்டம் கொண்டவன். எனக்கு மிகவும் விருப்பமான கவிஞர்களான லீபெய் (Li Bai), துபோ (Du Fu) ஆகிய இரண்டு சீனக்கவிஞர்களைத் தொடர்ந்து வாசித்து வருபவன். அவர்கள் கவியுலகம் குறித்து எனது கூழாங்கற்கள் பாடுகின்றன நூலில் ஒரு விரிவான கட்டுரை எழுதியிருக்கிறேன். அதுபோலவே அட்சரம்' இலக்கிய இதழ் நடத்தியபோது சமகால சீன இலக்கியங்கள் குறித்து தனி இதழ் ஒன்றினை வெளியிட்டிருக்கிறேன்.

இந்தியாவைப் போலவே நீண்ட இலக்கியப் பராம்பரியம் உள்ள சீன இலக்கியத்தில் அதன் பழமைக்கும் சமகால இலக்கியப் போக்கிற்கும் நடுவில் மிகப்பெரிய இடைவெளி உள்ளது.

சீனாவின் செவ்வியல் இலக்கியம் தமிழ் இலக்கியத்துடன் அதிக நெருக்கமுடையது. சங்கக் கவிதைகளைப் போலவே இவையும் இயற்கையோடு இணைந்த வாழ்க்கையின் சந்தோஷத்தை, காதலின் துயரை, தனிமையை, பிரிவைப் பாடுகின்றன.

ருஷ்ய இலக்கியங்கள் நேரடியாக ருஷ்ய மொழியில் இருந்து தமிழுக்கு மொழிமாற்றம் செய்யப்பட்டன. அதற்காக ராதுகா பதிப்பகம் தனித்துறையை அமைத்து தமிழ், ரஷ்யன் ஆகிய இரண்டு மொழிகளும் அறிந்த சிறந்த மொழிபெயர்ப்பாளர்களை மாஸ்கோவில் பணியில் அமர்த்தி மொழியாக்கப்பணியை மேற் கொண்டார்கள். அதுபோலவே பிரெஞ்சில் இருந்து நேரடியாக வெ. ஸ்ரீராம் மிக முக்கியமான இலக்கியப் படைப்புகளைத் தமிழாக்கம் செய்திருக்கிறார். சீன இலக்கியத்தில் இது போன்ற முயற்சிகள் மிகக் குறைவாகவே நடந்திருக்கின்றன.

தற்போது வெளியாகியுள்ள பயணியின் வாரிச்சூடினும் பார்ப்பவரில்லை. சீனக்கவித்தொகை நூல் அந்தக் குறையைப் போக்கி செழுமையான ஒரு நேரடி மொழியாக்கப்பணியை மேற் கொண்டிருக்கிறது.

சீனாவில் இந்திய வெளியுறவுத்துறை அதிகாரியாகப் பணியாற்றியவர் ஸ்ரீதரன். இவரே பயணி என்ற பெயரில் மொழியாக்கம் செய்திருக்கிறார். ஸ்ரீதரன் நவீன நாடகங்களில் அதிக ஈடுபாடு கொண்டவர். சென்னையில் இவரது நாடகங்களைக் கண்டிருக்கிறேன். 'விகடன்' மாணவ பத்திரிக்கையாளராக இருந்தவர். சிறுகதைகள், கவிதைகள் எழுதியிருக்கிறார்.

சீன மொழியைக் கற்றுக்கொண்டு அதன் செவ்வியல் கவிதைகளில் மிக முக்கியமானதாகக் கருதப்படும் Shi Jing (Book of Odes) எனும் கவித்தொகையின் தேர்ந்தெடுத்த பாடல்களை மொழியாக்கம் செய்திருக்கிறார். இந்த மொழிபெயர்ப்பின் சரளமும் கவித்துவமும் அவர் எந்த அளவு சீன மொழியில் தோய்ந்து போயிருக்கிறார் என்பதைச் சிறப்பாக எடுத்துக்காட்டுகின்றன.

சீனாவின் முதல் நூல் என்று கருதப்படும் Shi Jing (Book of Odes) இரண்டாயிரத்து ஐநூறு வருஷங்களுக்கு முற்பட்டது. இதனை மொழியாக்கம் செய்வது பெரிய சவால். இதற்கு மொழியறிவு மட்டும் போதாது. சீனாவின் பண்பாடு குறித்தும், கவிதை மரபுகள்

குறித்தும் ஆழ்ந்த அறிவும் ஈடுபாடும் தேவை. அதே நேரம் இவற்றை மூலத்தின் சுவை மாறாமல் தமிழாக்கம் செய்வதற்குத் தமிழில் தேர்ந்த கவித்துவமும் அவசியம்.

பயணி இந்த மூன்றிலும் தேர்ந்தவராக இருக்கிறார். அவரது தமிழ் மொழியாக்கத்தில் சீனக்கவிதைகளை வாசிக்கையில் அதன் தனித்துவத்தையும் உணர முடிகிறது. தமிழ்படுத்தும்போது எவ்வளவு கவனமாகச் சொற்கள் தேர்வு செய்யப்பட்டுள்ளது, உணர்ச்சி வெளிப் பாடு எவ்வளவு நுண்மையாக மொழியாக்கம் செய்யப்பட்டுள்ளது என்பதை அறிந்து கொள்ள முடிகிறது.

இந்த நூலின் இன்னொரு சிறப்பு, இக்கவிதைகளின் மொழிபெயர்ப்பு குறித்த பயணியின் கட்டுரையும், தமிழ்மரபின் பார்வையில் சீனக் கவிதைகளை ஆராயும் மதிவாணனின் சிறந்த கட்டுரையும், சீனமரபு இலக்கியம் குறித்த ஆ இரா. வேங்கடாசலபதியின் அறிமுக கட்டுரையுமாகும், இவை சீனக்கவிதைகள் குறித்த சரியான அறிமுகத்தையும் முக்கியத்துவத்தையும் வாசகனுக்கு அடையாளம் காட்டுவிடுகின்றன.

மதிவாணன் கட்டுரையில் ஒரு முக்கியமான செய்தியைக் குறிப்பிடுகிறார். பழந்தமிழ் கவிதைகளில் இயற்கையை இயற்கைக் காகவே பாடும் பாடல் எதுவுமில்லை. அதில் தலைவன் தலைவி ஆகியோரின் உணர்ச்சி நிலைகள் ஏற்றித்தான் பாடப்படுகின்றன. ஆனால் சீனக் கவிதைகளில் இயற்கை அதன் இயல்பில், எந்த உணர்ச்சிகளையும் ஏற்றப்படாமல் எழுதப்படுவதும் ஒரு தனிமரபாகயிருக்கிறது என்று தாழ்நிலத்தின் நெல்லிமரம் என்ற பாடலைக் குறிப்பிடுகிறார். இது முக்கியமான ஒன்று. இயற்கையை நாம் எவ்வாறு அணுகுகிறோம், சீனக்கவிதைகள் எவ்வாறு அணுகுகின்றன என்பதில் உள்ள நுட்பமான வேறுபாடு சுட்டிக் காட்டப்படுகிறது.

இந்த நூலைப்பற்றிக் குறிப்பிடும் பயணி, Shi Jing - Book of Ode நூலில் நாட்டுப் பாடல்கள், விழாப் பாடல்கள், வேண்டுதல் பாடல்கள் என 305 பாடல்கள் தொகுக்கப்பட்டுள்ளன. தமிழின் சங்க இலக்கியத்துக்கும் சீனாவின் Shi Jingகுக்கும் சில ஒற்றுமைகள் இருக்கின்றன. சங்கப் பாடல்கள் எந்தக் காலத்தில் எழுதப்பட்டன. எவ்வாறு இவை தேர்வு செய்யப்பட்டு தொகுக்கப்பட்டன என்பதற்குச் சரியான ஆதாரங்கள் கிடைக்கவில்லை. அதைப் போலவே Shilling கவிதைகளும் எப்போது எழுதப்பட்டன, தொகுக்கப்பட்டன என்பது துல்லியமாகத் தெரியாது.

கன்ஃபூஷியஸ் இந்த நூலை அடிக்கடி மேற்கோள் காட்டி யிருக்கிறார் என்பதோடு, இப்பாடல்களைப் படிக்காமல் இருப்பது எதையும் பார்க்காமல் சுவரின் பக்கம் திரும்பி நின்று கொண்டி ருப்பது போன்றது என்றும் கூறுகிறார்.

வாரிச்சூடினும் பார்ப்பவரில்லை நூலில் 34 பாடல்களே மொழி யாக்கம் செய்யப்பட்டிருக்கின்றன. இதன் கவித்துவத் தெறிப்புகள் வாசகனைக்கிறங்கச் செய்கின்றன.

பாடல் எண் 26ல் ஒரு பெண்ணின் மன உளைச்சல்கள் கவிதையாக மாறியிருக்கின்றன. இதில் ஒரு வரி இடம் பெற்றுள்ளது.

கண்ணாடியில்லையே எனது மனம்

காண்பதையெல்லாம் செரித்துவிட

இந்த ஒற்றை வரி மனதில் ஓயாத ரீங்காரம் போலாகி, பல்வேறு ஒப்புமைகளை, உணர்ச்சிகளை, நினைவுகளை மோதச் செய்கிறது.

பயணி இப்பாடல்களை சீனாவில் இருந்து மொழியாக்கம் செய்யும் போது எவ்வளவு நேர்த்தியாகத் தமிழாக்கம் செய்திருக்கிறார் என்பதற்கு இதன் ஆங்கிலம் மற்றும் தமிழ் மொழிபெயர்ப்புகளை ஒப்பிட்டுப் பார்த்தால் புரிகிறது. தமிழாக்கத்தின்போது இது செவ்விலக்கிய கவிதையின் சாயலில் இருக்க வேண்டும் என்பதற் காகவே பழமையான சொற்களைத் தேர்வு செய்திருக்கிறார். ஆங்கில மொழிபெயர்ப்பில் காணப்படும் கவிதையில் இது ஒரு மரபுக்கவிதை என்ற தொனியை உணர முடிவதில்லை. தமிழ்ப் பாடலில் நாம் கேட்கும் ஓசையானது சங்க கவிதைகளின் தொடர்ச்சி போலவே இதை அடையாளப்படுத்துகின்றன.

சீனக்கவிதைகள் ஆங்கிலத்தில் மொழியாக்கம் செய்யப்படும்போது நிறைய சிக்கல்களை எதிர்கொள்கின்றன. அது மொழியாக்கம் தொடர் பானது மட்டுமில்லை, பண்பாடு தொடர்பானது என்பதை கவிஞர் எஸ்ரா பவுண்ட் தனது மொழியாக்கத்தின் போது விளக்கியிருக்கிறார்.

There are the sun and moon,
How is it that the former has become small, and not the latter?
The sorrow cleaves to my heart,
Like an unwashed dress.
Silently I think of my case,
But I cannot spread my wings and fly away.

*

கதிர்கள் சாய்ந்து நிலவெழுந்தாலும்
தேய்ந்த அவைதாம் திரும்பி வராதோ
எந்தன் மனதில் சோகம் தோன்றும்
அலசா அழுக்குத் துணியா ஆகும்
எனக்குள் இதையே சிந்தித்திருக்கிறேன்
எழும்பிப் பறந்திட இயலாதிருக்கிறேன்

இரண்டையும் வாசிக்கையில் தமிழ் மொழியாக்கம் இக்கவிதை பழமையான ஒன்று என்பதைப் புரிய வைத்துவிடுகிறது. அதே நேரம் உணர்ச்சிகள் வெகு துல்லியமாக, ஆழமாக வெளிப்படுத்த படுகின்றன என்பதும் புரிகிறது.

காதல் பாடல்கள் மட்டுமில்லாது கொடும் பஞ்சம் பற்றிய ஒரு பாடலையும் இதில் பயணி தமிழாக்கம் செய்திருக்கிறார். அக்கவிதை நமது தாதுவருஷப் பஞ்சக்கும்மியைப் போன்றே இருக்கிறது.

பயணியின் தேர்ந்த மொழியாக்கம் சீனக் கவித்தொகையின் அசலான ருசியை நமக்கு அறிமுகம் செய்கிறது. தமிழின் குறுந்தொகை பாடல்களை வாசிக்கும்போது கிடைக்கும் மனக் கிளர்ச்சியும் சந்தோஷமும் இந்த மொழியாக்கத்திலும் கிடைக்கிறது. அதற்காக பயணி மிகுந்த பாராட்டிற்குரியவர். இந்த நூலின் வடிவமைப்பு தனித்துப் பாராட்டப்பட வேண்டிய ஒன்று.

முல்லைப்புரத்து மனிதர்கள்

White Man Falling என்ற நாவலை வாசித்தேன். Mike Stock என்ற பிரிட்டிஷ் இளம் எழுத்தாளர் எழுதிய இந்த நாவல் தமிழ் குடும்பத்தின் கதையை விவரிக்கிறது. ஆங்கிலத்தில் எழுதப்பட்ட தமிழ் வாழ்க்கையைப் பற்றிய நாவல் என்பதால் படு சுவாரஸ்யமாக இருக்கிறது. 2006ல் வெளியான இந்நாவலுக்கு சிறந்த முதல் நாவலுக்கான Goss Award பெற்றிருக்கிறார் மைக் ஸ்டாக்.

இந்திய ஆங்கில நாவல்களின் கதை சொல்லும் முறையை ஒத்த கதை சொல்லலே மைக் ஸ்டாக்கிடம் உள்ளது, ஆனால் இந்திய ஆங்கில எழுத்தாளர் பலரிடமும் காணமுடியாத இயல்பான நகைச்சுவையும் கிண்டலும் இவரிடம் அற்புதமாகக் கைகூடியுள்ளது.

இந்த நாவலைச் சிறந்த நாவல் என்று என்னால் வகைப்படுத்த முடியாது. ஆனால் சுவாரஸ்யமான நாவல் என்று சொல்வேன்.

நாவல் முழுவதும் தமிழ் வாழ்க்கையின் பல்வேறு இரட்டை நிலைகளை, பொய்யான கலாச்சார மூடுதிரைகளைப் பகடி செய்து தள்ளுகிறார் மைக் ஸ்டாக். அசோகமித்திரன் கதைகளில் காணப்படுவது போன்ற எள்ளலும் மத்தியதர வாழ்க்கையின் பிரச்சினைகளை விவரிக்கும் நுட்பமும் மைக் ஸ்டாக்கிடம் உள்ளது. ஆனால் அசோக மித்திரனின் எழுத்துகளில் காணப்படும் உள்ளார்ந்த வலியும் தனிமையும் இவரிடமில்லை. ஆனால்

தமிழ்வாழ்க்கையை மிக நுட்பமாக அவதானம் செய்து, அனுபவித்து எழுதியிருக்கிறார் என்பது மைக்கின் தனிப்பலம்,

முல்லைப்புரம் என்ற ஊரில் வசிக்கும் ஓய்வு பெற்ற போலீஸ் இன்ஸ்பெக்டர் சுவாமிநாதனுக்கு ஜோதி, புஷ்பா, கமலா, சுகன்யா அனிதா, லீலா என ஆறு பெண்பிள்ளைகள். ஆண் வாரிசு இல்லையே என்று ஆதங்கப்படுகிறார். அவரது மூத்த மகள் ஜோதிக்குத் திருமணம் செய்து வைப்பதற்கு மாப்பிள்ளை தேடுகிறார். சொந்த சாதியில் படித்த, தங்கள் சொல்பேச்சு கேட்டு நடக்கிற, அதிகம் வரதட்சணை வாங்காத, குடிக்காத, வெள்ளை நிறமான மாப்பிள்ளை வேண்டும் என்று குடும்பமே தேடுகிறது.

அப்படித் தேடும்போது மனைவியின் உறவினர்கள், தெரிந்த டீக்கடைக்காரரின் ஒன்றுவிட்ட சித்தப்பா வகையில் சொந்தம், தூரத்து உறவினரின் நெருங்கிய நண்பரின் மாமா பையன் என்று தேடும் விதம் பற்றி சரியாக நையாண்டி செய்திருக்கிறார்.

சுவாமிநாதனின் பணிக்காலத்தில் ஒரு கைதி சிறையில் அடிபட்டு இறந்து போய்விடுகிறான். அது தன்னுடைய தவறு என்று கருதி பதற்றம் அடைந்த அவருக்கு பக்கவாதம் வந்துவிடுகிறது. அதனால் பேச்சு வராமல் போனதுடன் அதிகம் நடமாட முடியாமல் வீட்டிலே சாய்வு நாற்காலியில் முடங்கிக் கிடக்கிறார். இது அவரது போதாத காலம் என்று மனைவி ஆறுதல் சொல்கிறாள். வீட்டிற்குள்ளாக இருந்தபடியே மதுரை செல்லும் சாலையை வேடிக்கை பார்ப்பதும் மகள்களின் திறமைகளை நினைத்துக் கண்ணீர் விடுவதுமாக பாசமிகு தந்தையாக நடந்து கொள்கிறார் சுவாமிநாதன்.

வீட்டிற்குள் பெண்கள் அரைகுறையாக பரதநாட்டியம் ஆடுவது, சினிமா பாடல்களைக் கூடவே பாடுவது, மல்லிகைப்பூ சூடிக்கொள்வது, இளம்பெண்கள் கல்லூரியில் ஆங்கில இலக்கியம் கற்பதில் ஆர்வம் காட்டுவது, கல்கி நாவல்கள் படிப்பது, திருக்குறளைச் சொல்லிச் சொல்லி அம்மா பெண்களை ஒழுக்கமாக வளர்ப்பது, ஓய்வுபெற்ற நிலையில் தமிழ் மீது தாளாத ஆர்வம் கொண்டு எட்டுத்தொகை, அகநானூறு என்று தேடிப் படிக்கும் இன்ஸ்பெக்டரின் இலக்கிய ஈடுபாடு, தினமும் போலீஸ்காரர்கள் சாலையோரம் இயல்பாக ஒண்ணுக்கு இருப்பது, சாலையோரமுள்ள திறந்துகிடக்கும் சாக்கடைக் குழியில் ஆட்கள் மாட்டிக்கொள்வது, குடும்பமே தன் பிள்ளைகளின் திறமைகளைப் போற்றிப் பாடுவது, ஒவ்வொரு ஊரும் தன் வரலாற்றுப் பெருமைகளை வாய் ஓயாமல் சொல்லிக்கொண்டிருப்பது, வெள்ளிக்கிழமை

தவறாமல் பெண்கள் கோவிலுக்குப் போவது, முப்பது நாட்களில் பெண்களைக் கவர்வது எப்படி என புத்தகம் படிக்கும் ஆள் என்று தமிழ்வாழ்வின் முக்கியக் கூறுகள் அத்தனையும் இந்த நாவலில் பகடி செய்யப்பட்டிருக்கின்றன.

நகரின் முக்கிய புள்ளியான துரைச்சாமி தேவநாம்பேட்டை ராஜேந்திரன் என்ற DDR நடத்தும் ஹோட்டல் அம்புலி முன்பாக ஒரு வெள்ளைக்காரன் வானில் இருந்து விழுந்து இறந்து போய்விடுகிறான். தன் கண் முன் நடந்த இந்த சாவை சுவாமிநாதன் ஆராயத் துவங்குகிறார். அது ஏற்படுத்தும் அகச்சிக்கல்கள், அபத்தமான முடிவுகள் சுவாமிநாதனைக் கடவுளின் நேரடி அருள் கொண்ட சுவாமிஜி ஆக்கிவிடுகிறது. அதன்பிறகு அவரது வாழ்வின் திசை எப்படியெல்லாம் மாறிவிடுகிறது என்பதில் நாவல் விரிகிறது.

நாவலின் மையக்கதை எளிமையான ஒன்று. ஆனால் அதைச் சுற்றி மைக் உருவாக்கியுள்ள பின்புலம்தான் நாவலின் சுவாரஸ்யம். மைக் போகிற போக்கில் எல்லாவற்றையும் கேலியும் கிண்டலும் செய்து அசத்துகிறார்.

மதமும் சினிமாவும் அரசியலும் கலாச்சாரத்தின் பெயரால் நடைபெறும் போலியான கட்டுப்பாடுகளும், கண்காணிப்பும், தமிழ்க் குடும்பங்களை எப்படியெல்லாம் ஆக்ரமித்துள்ளது என்பதைச் சுட்டிக் காட்டும் இந்த நாவல் இன்னொரு பக்கம் தமிழ்வாழ்க்கையின் மாற்றங்களை உலகமே கவனித்துக்கொண்டிருக்கிறது என்பதையும் அடையாளப்படுத்துகிறது.

தமிழில் இதை அப்படியே சினிமாவாக எடுக்க முடியும் என்பது போல காட்சிகள் கண்முன்னே விரிகின்றன. திடீரென நம் வீட்டை வெளியில் இருந்து வேடிக்கை பார்ப்பது போன்ற மனநிலை நாவலை வாசிக்கையில் நேர்கிறது. அதுதான் இந்நாவலின் வெற்றி.

சிறியதே அழகு

Man is small, and, therefore, small is beautiful.

டாக்டர் ஈ.எஃப்.ஷுமாஸர் எழுதிய Small is Beautiful உலகின் சிறந்த நூறு புத்தகங்களில் ஒன்று. தற்போது அந்நூல் சிறியதே அழகு எனத் தமிழில் 'எதிர் வெளியிடு' பதிப்பகத்தால் வெளியிடப்பட்டுள்ளது. யூசுப் ராஜா மொழி யாக்கம் செய்திருக்கிறார்.

சரளமான மொழிபெயர்ப்பு, அச்சில் தான் ஏகப்பட்ட குளறுபடிகள். பக்கம் மாறியிருப்பதும், ஒரு பக்கம் அச்சிட்டது மறுபக்கம் தெரிவதுமாக உள்ளது. இதற் காகவே முதல் தடவை வாங்கிய பிரதியைக் கடையில் கொடுத்து வேறு பிரதி மாற்றி வாங்கினேன். அதிலும் அப்படித்தானிருக்கிறது. எனது நண்பர் வாங்கிய புத்தகத்தில் இருபது பக்கங்கள் இல்லவேயில்லை. இந்தக் குறைபாடுகளைத் தாண்டி முக்கியமாக வாசிக்கப்பட வேண்டிய புத்தகமிது.

நவீன யுகத்தின் மனிதன் தனது பொருளாதார நிலையை வைத்தே தனது அடையாளத்தை முடிவு செய்பவனாக யிருக்கிறான். இன்றைய வணிகக் கலாச்சாரம் மனிதனைச் சூறாவளிக்குள் சிக்கிக்கொண்ட நெருக்கடியான மன நிலைக்கு தள்ளியிருக்கிறது, தனக்கு என்ன தேவை, எதற்காகத் தேவை, ஏன் எல்லா மதிப்பீடுகளையும் பொருளாதாரம் சார்ந்தே தீர்மானிக்கிறோம் என்பதில் இன்று பலருக்கும் குழப்பமே நிலவுகிறது.

பொருளாதாரத்தின் ஆதாரவளங்களைப் பற்றியும் சந்தை கலாச் சாரம் சார்ந்து உருவான சீர்கேடுகளையும் பற்றியும், பௌத்தப் பொருளாதர கோட்பாட்டினை முன்வைத்து எழுதப்பட்ட மிகச்சிறந்த புத்தகமிது.

ஷுமாஸர் ஜெர்மனியில் பிறந்து ஆக்ஸ்போர்ட் பல்கலைக் கழகத்தில் பொருளாதரம் படித்தவர். நியூயார்க் பல்கலைகழகத்தில் பேராசிரியராக சில ஆண்டுகள் பணியாற்றினார். பின்பு பிரிட்டிஷ் தேசிய நிலக்கரிக் கழகத்தின் பொருளாதார ஆலோசகராகவும், பிரிட்டனின் மிகப்பெரிய இயற்கை வேளாண்மை அமைப்பான சாயில் அசோசியேஷன் அமைப்பின் தலைவராகவும், ஸ்காட் பேடர் நிறுவனத்தின் இயக்குன ராகவும் பணியாற்றியவர்.

1973ம் ஆண்டு சிறியதே அழகு புத்தகத்தை ஷுமாஸர் வெளியிட்ட போது அது கவனம் பெறவில்லை. ஆனால் அடுத்த பத்து ஆண்டுகளில் இப்புத்தகம் மாற்று பொருளாதாரச் சிந்தனை யாளர்களுக்கு பைபிள் போன்றாகியது. பல லட்சம் பிரதிகள் விற்பனையாகி உள்ள இந்நூல் மிக எளிமையாக, பொருளாதாரச் சீர்கேட்டின் ஆதாரக் காரணிகளை கண்டறிந்து அதற்கான மாற்றை முன்வைக்கிறது.

அணு ஆயுதத்தை எரிபொருளாகப் பயன்படுத்தலாமா, கூடாதா என்ற சர்ச்சை மேலோங்கி வரும் இன்றைய சூழலில் சிறியதே அழகு மிகத் தேவையான நூலாக உள்ளது.

நான்கு பகுதிகளாக உள்ள இந்தப் புத்தகத்தின் மையக்கருத்து மனிதன் தன்னை மேம்படுத்திக்கொள்ள நினைத்து எவ்வாறு இயற்கையைச் சீரழிக்கிறான், அவனது பேராசைகள் எத்தகைய பின்விளைவுகளை ஏற்படுத்தியிருக்கிறது, இதிலிருந்து விடுபட காந்திய வழி எவ்வாறு உதவி செய்கிறது, பௌத்த பொருளாதாரச் சிந்தனைகளை ஏன் நாம் கைக்கொள்ளக்கூடாது என்பதே.

நம் காலத்தின் முக்கியமான பிரச்சினை எரிபொருள். இதற்காகவே யுத்தங்களும் ஆக்ரமிப்புகளும், படுகொலைகளும் நடைபெற்று வருகின்றன. இயற்கையின் மூலதனமான எரிபொருள்கள் பன்னாட்டு நிறுவனங்களால் எவ்வாறு உறிஞ்சி எடுக்கப்பட்டு மிகப்பெரிய வணிகமோசடி நடைபெற்று வருகிறது என்று உணர்ச்சி பூர்வமாக விளக்குவதன் மூலம் அதன் பாதிப்புகளை அடையாளம் காட்டுகிறார் ஷுமாஸர்.

ஒரு பொருளாதார அடியாளின் வாக்குமூலம் என்ற புத்தகத்தை வாசித்தவர்களுக்கு எரிபொருளைப் பெறுவதற்காக அமெரிக்கா

எவ்வளவு தந்திரங்களை மேற்கொள்கிறது என்பது துல்லியமாகப் புரியும்.

எரிபொருள் தேவைக்காக இயற்கை நூற்றாண்டுகாலமாக எவ்வாறு பயன்படுத்தப்படுகிறது, அதனால் உருவான சுற்றுச்சூழல் சீர்கேடுகள் எவை என்பதை விரிவாக ஷுமாஸர் விளக்கிக் காட்டுகிறார்.

மனிதனின் பெரும்பான்மை மூலதனங்கள் இயற்கை தந்ததே, அதை நவீன மனிதன் உணர்வதேயில்லை. இயற்கையிடமிருந்து தனக்குத் தேவையானதைப் பிடுங்கிக்கொண்டு அதை முற்றிலுமாக அழித்தொழிக்கவே முற்படுகிறான். அதன் காரணமாகவே பெரும் இயந்திரங்களால் இயற்கை வளங்கள் அசுர வேகத்தில் உறிஞ்சி எடுக்கப் படுகிறது. இதனால் நாட்டின் உற்பத்தி உயரும் என்ற பொய்யான பிம்பத்தை காட்டி இம்மோசடியை மறைத்துக்கொண்டு வருகிறார்கள்.

எரிபொருள் பயன்பாட்டில், ஏழைகளுக்கான சராசரி எரிபொருள் பயன்பாடு பணக்காரர்களின் பயன்பாட்டில் பதினான்கில் ஒரு பங்கு மட்டுமே. உலக மக்கள் தொகையில் பாதிக்கும் மேலே அடித் தட்டிலும் வறுமையிலும்தான் வசிக்கிறார்கள். ஆகவே இயற்கை வளத்தை சேதமுண்டாக்குவதிலும் சுயலாபங்களுக்குப் பயன்படுத்திக் கொள்வதிலும் பணக்காரர்களே அதிகப் பங்கு வகிக்கிறார்கள்.

அவர்களின் நலன்களை மேம்படுத்தவே புதிய பொருளாதாரக் கொள்கைகள் உருவாக்கப்படுகிறது. எரிபொருளின் தேவையில் சாமான்ய மனிதன் மிக சொற்பமாகவே எதிர்பார்க்கிறான். அதுகூட அவனுக்கு முறையாகக் கிடைப்பதில்லை என்பதுதான் இன்றைய சூழல். இப்படிப் பணக்காரர்களின் நலனிற்காக எரிபொருட்கள் அதிகம் உறிஞ்சி எடுக்கப்பட்டு சந்தைப் பொருளாகப் பயன்படுத்தப்பட்டால் சுற்றுச்சூழல் சீர்கேடு அதிகமாகும். அதனால் அதிகம் பாதிக்கப்பட போவது ஏழை மக்களே. ஆகவே எரிபொருள் விற்பனை சந்தையில் அடிநிலை ஏழைகளே இருவிதத்திலும் பலியாகிறார்கள்

மாற்று எரிபொருள் பற்றி சிந்திக்கும் அதே வேளையில் இயற்கையை நாசம் செய்வதை ஏன் பொருளாதார நிபுணர்கள் கண்டுகொள்வதேயில்லை என்பதே ஷுமாஸர் கேள்வி.

அணுசக்தியைப் பயன்படுத்துவது என்பது மாற்று எரி பொருளுக்கான தீர்வில்லை. அது ஒரு எளிய ஏமாற்று. இதனால்

ஏற்படும் சாதகங்களை விட பாதிப்புகளே அதிகம். படிம எரி பொருள்களை எப்படிக் கையாளுவது என்ற முறையான பங்கீடு மற்றும் சுயவரம்புகள், கட்டுப்பாடுகள் ஏற்படுத்தப்படாதவரை எரி பொருள் சந்தை பன்னாட்டு வணிக கம்பெனிகளின் ஏகபோகச் சொத்தாகவே இருக்கும் என்கிறார் ஷூமாஸர்.

வழக்கமான பொருளாதாரப் புத்தகங்களைப் போல புள்ளிவிபரங்கள், அதன் அடிப்படையிலான வரைபடங்கள், விளக்கங்களை முன்னிறுத்தாமல், மனிதனை அவன் வாழும் சூழல், பின்புலம் மற்றும் அகபுற வளர்ச்சியோடு இணைத்து ஆராய்வதே இந்நூலின் தனித்துவம்.

இந்தியப் பொருளாதாரம் குறித்த காந்தியின் குரலுக்கு மிகவும் நெருக்கமாக உள்ளது ஷூமாஸரின் குரல். அவர் காந்தியை சமகாலத்தின் முக்கியமான பொருளாதாரச் சிந்தனையாளராக முன்வைக்கிறார்.

அதிக அளவிலான உற்பத்தி (Mass production) என்பதைவிட அதிக மக்களால் உருவாக்கப்பட்ட உற்பத்தி (Production from Mass) என்பது மேலானது என்ற காந்தியக் கோட்பாட்டினை வலியுறுத்தும் ஷூமாஸர் முழுமையாக நாம் இயந்திரங்களைக் கைவிட வேண்டிய அவசியமில்லை. மனிதனை மேம்படுத்தும் அளவிற்கு தொழில்நுட்பத்தைக் கட்டுக்குள் வைத்துக்கொள்ள முயற்சிக்க வேண்டும். அதற்கு இடைத்தரமான தொழில்நுட்பத்தின் தேவை அவசியம், அத்தகைய சூழல் மனிதனை இயந்திரங்களுக்கு அடிமையாக்கிவிடாது. அதே நேரம் மனித உழைப்பை மேம்படுத்தும் விதமாகவும் அமையும் என்கிறார் ஷூமாஸர்.

பொருளாதாரம் எப்போதுமே வருங்காலம் என்ற சொல்லைக் காட்டி சாமான்யர்களைப் பயமுறுத்தி வருகிறது. வருங்காலமோ, நிகழ்காலமோ எதுவாகயிருப்பினும் அங்கு வாழும் மனிதனின் அகம் மற்றும் புறச்சூழலே அவனது வாழ்வுமுறையைத் தீர்மானிக்கிறது. நம் காலத்தில் மனிதன் சீரழிந்துபோன அகத்தைக் கொண்டிருக்கிறான். அவனது சிந்தனையில் தெளிவில்லை. உள்ளத்தில் தூய்மையில்லை. மனதில் நேர்மையும் வாய்மையும் இல்லை. நீதியுணர்வு என்பது வணிகத்தோடு தொடர்பற்றது என்று நம்புகிறான். அதுதான் இன்றைய பொருளாதார சீர்கேட்டிற்கு முக்கிய காரணம்.

ஒரு சமுதாயத்தில் நிலம் எப்படிப் பயன்படுத்தப்படுகிறது என்பதை வைத்தே அதன் எதிர்காலம் அமைகிறது. இன்று நிலம் வணிகக் காரணங்களால் பெரிதும் நாசமடைந்து வருகிறது. மனிதன்

தனக்குக் கிடைத்துள்ள தொழில்நுட்பத்தின் வழியே இயற்கையின் எஜமானன் போலத் தன்னை நினைத்துக்கொண்டிருக்கிறான். இது தற்காலிகமான ஒன்றே.

மனிதன் எந்த அளவு தொழில்நுட்பத்தில் மேம்பட்டாலும் அவன் இயற்கையின் குழந்தையே. ஒருபோதும் அவனால் இயற்கையின் எஜமானன் ஆக முடியாது. இயற்கை விதிகளை மீறும்போது அது திருப்பி அடிக்கும். அந்தச் சீர்கேடு அவனை நிலைகுலையச் செய்து விடும். இயற்கையைப் புரிந்து கொண்டு ஒன்றிணையாதவரை மனித நாகரீகம் குறைபாடு கொண்ட ஒன்றே.

உணவுக்காக நிலத்தைச் சார்ந்திருப்பது ஒன்றுதான் அதை முற்றிலும் கைவிடாமல் இருப்பதற்கான காரணம். ஒருவேளை மாற்று உணவுப் பொருள்கள் கிடைக்கும்பட்சத்தில் மனிதனின் பேராசை நிலத்தை முற்றிலும் நாசமடையச் செய்யும்.

நிலத்தின் முறையான பயன்பாடு என்பது வெறும் தொழில்நுட்பம் மற்றும் பொருளாதாரத்தைச் சார்ந்த ஒன்றில்லை. மாறாக, அது ஒரு மெய்விளக்க இயலை சார்ந்த ஒன்று என்கிறார் ஷுமாஸர். பகிர்ந்து தருதல், உடனிருந்து காத்தல், கைமாறு கருதாமல் உழைப்பது என்பது உயர்ந்த மனநிலையின் வெளிப்பாடு. அது விவசாயத்தின் அடிப்படையாக இருந்தது. நிலத்திடமிருந்து விவசாயி பொறுமையையும், விடாத முயற்சியையும், சமாதானத் தையும், மௌனத்தையும், தோல்வியை ஏற்றுக்கொள்ளும் மனப்பக்குவத்தையும் கற்றிருக்கிறான். அதைத்தான் இன்றைய தொழில்நுட்பம் சிதறடிக்கிறது. விவசாய நிலம் வணிகநிலமாக மாற்றப்படும்போது அதனோடு இணைந்த இந்த எளிய வாழ்க்கை முறை கைவிடப்பட நேர்கிறது. அது வருத்தப் பட வேண்டிய ஒன்று.

உத்தியோகத்தைப் போல விவசாயி வாரம் இரண்டு நாள் விடுப்பு எடுத்துக்கொள்ள முடியாது. அது ஐந்து நாள் வேலையில்லை. ஆகவே விவசாய வேலை என்பதும் உத்யோகம் என்பதும் ஒன்றானதில்லை. வாரம் முழுக்க வேலை செய்பவன் குறைவாக சம்பாதிப்பதும் ஐந்து நாள் உத்தியோகம் செய்பவன் அதிகம் சம்பாதிப்பதுமான முரணையே ஷுமாஸர் கேள்வி கேட்கிறார். ஐந்து நாட்கள் மட்டுமே பால் தரும் பசு கண்டுபிடிக்காதவரை மனிதன் தன்னுடைய உழைப்பை உணர்ந்தே தீர வேண்டும் என்பதே அவரது வாதம்.

ஷுமாஸர் கருத்தின்படி தொழில்துறை இல்லாமல் மனிதவாழ்வு தொடரக்கூடியது. அப்படிதான் பல நூற்றாண்டுகள் மனிதன்

வாழ்ந்திருந்தான். ஆனால் விவசாயம் இல்லாமல் போனால் மனித வாழ்வு பூமியில் இருந்து மறைந்து போய்விடும். ஆகவே விவசாயத்தைக் காத்தல் என்பது பூமியின் அடிப்படையான விதி. நிலத்தை நிர்வகிப்பதும் பராமரிப்பதும் மனிதனின் பெரும்பணி. அதை கைவிடும்போது மனிதன் மிகப்பெரிய சூழல் சார்ந்த பிரச்சினையைச் சந்திக்க நேரிடும்.

இயற்கையுடன் இணைந்து மனிதன் வாழவேண்டும் என்பது விருப்பம் என்பதைத் தாண்டி கட்டாயமான தேவை என்ற நிலை வந்துவிட்டது. அதற்கு விவசாயம் சார்ந்த மாற்றங்களே முக்கியமானது. இயற்கையான விவசாய முறைகளே அதற்கான மாற்று வழிகள்.

பொருட்களுக்கு முக்கியத்துவம் தரும் வாழ்க்கை முறையில் இருந்து மாறி தனது சுய தேவைகளை வரையறை செய்து கொள்வதுடன், போதுமானது என்று உணரும் மனதுடன், எளிய, உண்மையான, நீதியுணர்வுடன் உள்ள வாழ்க்கையை மனிதன் மேற்கொள்வதே எதிர்காலத்திற்கான மாற்று வழி என்கிறார் ஷுமாஸர்.

இன்றுள்ள பன்னாட்டு வணிகச் சூழலில் மனிதனின் அகத் தூய்மையைப் பொருளாதார வளர்ச்சியோடு இணைத்துப் பேசும் இப்புத்தகம் நிறைய யோசிக்கவும் மாற்றிக் கொள்ளவும் தூண்டுகிறது.

> Buddhist sees the essence of civilisation not in a multiplication of wants but in the purification of human character. Character, at the same time, is formed primarily by a man's work. And work, properly conducted in conditions of human dignity and freedom, blesses those who do it and equally their products.

என்ற ஷுமாஸரின் வரிகள் எப்போதும் நினைவில் வைத்துக் கொள்ள வேண்டிய ஒன்றாகவே உள்ளது.

ஒரு வாழ்க்கையின் துகள்கள்

எல்லா திருமணங்களிலும் இரண்டு திருமணங்கள் இருக்கின்றன. ஒன்று அவனுடையது. மற்றது அவளுடையது. அவனுடையது அவளுடையதை விட மேலானதாக இருக்கிறது.

– ஜெஸ்ஸி பெர்னார்டு

மைதிலி சிவராமன் அகில இந்திய ஜனநாயக மாதர் சங்கத்தின் மூத்த தலைவர். பெண் உரிமைகள் சார்ந்த தீவிர செயல்பாட்டாளர். அவர் தனது தாய்வழிப்பாட்டியான சுப்புலட்சுமியின் நாட்குறிப்புகளைச் சேகரித்து அதன் வழியே அவரது வாழ்க்கை சித்திரத்தை எழுதியிருக்கிறார். ஆங்கிலத்தில் வெளியான அப்புத்தகம் தற்போது 'பாரதி புத்தகாலயம்' சார்பில் கி.ரமேஷால் மொழியாக்கம் செய்யப்பட்டு ஒரு வாழ்க்கையின் துகள்கள் என வெளியாகி உள்ளது. சமீபத்தில் நான் வாசித்த மிகச் சிறந்த புத்தகமிது. சுப்புலட்சுமி என்ற அந்த அரிய மனுஷியின் வாழ்வை எழுத்தில் மீட்டெடுத்திருக்கிறார் மைதிலி சிவராமன். முதலில் அதற்காக அவரை மனம் நிறைய பாராட்டுகிறேன்.

1924 முதல் 1926 வரை சுப்புலட்சுமி எழுதிய நாட்குறிப்புகள் இவை. சுப்புலட்சுமி சுதந்திரப் போராட்ட காலத்தில் வாழ்ந்தவர். அவரது கணவர் ஆங்கிலேய அதிகாரத்தில் பணியாற்றியபோதும் அதை மீறி அவரது சுதந்திர போராட்ட வேட்கை செயல்பட்டிருக்கிறது. சுப்புலட்சுமி தன் வாழ்நாள் முழுவதும் பாதுகாத்து

வைத்திருந்த நீலநிறப்பெட்டி ஒன்றில் இருந்த எழுபது வருட பழமையான 26 தாள்களைக் கொண்ட அந்த நாட்குறிப்புகள் அவரது மொத்த வாழ்வின் அடையாளமாகவே உள்ளது.

ஆங்கிலத்தில் எழுதப்பட்ட இந்த நாட்குறிப்பில் அவரது ஆசைகள், திட்டங்கள், செயல்பாடுகள் பற்றி எதுவும் நேரடியாக எழுதப்படவில்லை. மாறாக, தனது கஷ்டங்களை மறைத்துக்கொண்டு எளிய சம்பவங்கள், தினசரி குறிப்புகளின் வழியே அகவலியை வெளிப்படுத்தும் குறிப்புகளாகவே எழுதியிருக்கிறார். இந்த நாட்குறிப்பின் வழியாக நூற்றாண்டின் முன்பு வாழ்ந்த ஒரு பெண்ணின் துயரசித்திரம் துல்லியமாக வெளிப்படுகிறது. அசலான வரிகளின் மூலமாக சுப்பு லட்சுமியின் குரலை நாம் கேட்க முடிகிறது. அவரது இதயம் விம்மு வதை நாம் உணர முடிகிறது. அதுதான் இந்த நாட்குறிப்பின் தனித்துவம்.

ஆண்கள் எழுதுவதற்கு அறிவார்ந்த அங்கீகாரம், பெயர், புகழ், தனித்துவம், நுட்பமான ரசனை, தன்னை அறிதல் என எத்தனையோ காரணங்கள் இருக்கின்றன. ஆனால் பெண்களுக்கு எழுத்து பெரும்பான்மை நேரங்களில் தனது சொந்தத் துயரங்களை மறைத்துக் கொள்ளவும், மீட்சி பெறவும், தன்னைச் சுற்றிய உலகின் மீதான தனது விருப்பு வெறுப்புகளை நேரடியாக வெளிப்படுத்த முடியாத குடும்ப, சமூக நெருக்கடியில் இருந்து மீள்வதற்குமே உதவியிருக்கிறது. எழுதுதல் ஒருவிதமான குணமாக்கும் செயலே (healing). பெண் எழுத்தில் அதை முழுமையாக உணர்ந்திருக்கிறேன்.

ஆனி பிராங் என்ற பதின்வயதுச் சிறுமியின் டைரியான Diary of a Young Girl ஹிட்லரின் யூதப்படுகொலைகளுக்கான அழியாத சாட்சியமாக உள்ளது. ஆயிரம் வருடங்களுக்கு முன்பாக ஜப்பானின் அந்தப்புரங்களில் வாழ்ந்த சுகப் பெண்களான சராஸினா, இருமி ஆகிய இருவரின் நாட்குறிப்புகள் இப்போது வெளியாகி உள்ளது. அந்த நாட்குறிப்புகள் முழுவதும் தனிமையும் காமத்தின் பெயரால் ஒடுக்கப்பட்ட வாழ்வுமே பதிவாகி உள்ளது.

ஜப்பானின் முதல் நாவலான கெஞ்சிக்கதையை எழுதிய லேடி முராசகியின் நாட்குறிப்பு ஆயிரத்து நூறு வருசங்களுக்கு முற்பட்டது. அவள் ஒரு எழுத்தாளராகத் தன்னை அடையாளப்படுத்திக்கொள்ள எத்தனை பிரச்சினைகளை, அவதூறுகளைச் சந்திக்க வேண்டி யிருந்தது என்பதை வெளிப்படுத்துகிறது. கடந்த காலங்களின் சாட்சியாக இன்று வரை நூற்றுக்கும் மேற்பட்ட நாட்குறிப்புகள் அச்சாகி உள்ளன. இவை வெறும் சுயவாழ்வு பற்றிய பதிவுகள்

மட்டுமல்ல; மாறாக குடும்ப அதிகாரம், சமூக ஒடுக்குமுறைகள் பற்றிய ஆவணங்களாகவே உள்ளன.

பெண்களின் மீது யுத்தம் உருவாக்கிய வன்முறைகள், அவமதிப்புகளை விட குடும்பம் உருவாக்கி வரும் வன்முறைகள் அதிகமானது. அது அங்கீகரிக்கப்பட்ட ஒன்றாகவே கருதப்படுகிறது. அதிலும் கலாச் சாரம் மற்றும் பண்பாட்டின் பெயரால் பெண்கள் எழுதுவதையும், தங்களது வாழ்வியல் அனுபவங்களைப் பொதுவெளியில் பகிர்ந்து கொள்வதையும் தமிழ்சமூகம் எப்போதுமே எதிர்த்தும் கண்காணித்தும் வருகிறது. சுற்றித் திரிந்து கவிஞராக வாழ்வதற்காக முதுமையை ஏற்றுக்கொண்டதாகக் கருதப்படும் ஔவையின் வாழ்வு ஒன்று போதும் இதற்கான சாட்சி.

தனிமனித வரலாறுகள் முழுதும் உண்மையானவையல்ல. அவை எழுதுபவனின் புனைவுகளும் விலக்கப்பட்ட உண்மைகளும் கொண்டது என்று மார்க்டிவைன் கூறுகிறார். புகழ்பெற்ற பல சுயசரிதைகள் இப்படியாகவே இருக்கின்றன. ஆனால் சுப்பு லட்சுமியின் வாழ்க்கை அவர் நேரடியாக வெளிப்படுத்திக் கொள்ளாமல் மறைத்தவை. தான் வாழ்ந்து மறைந்த பிறகு தனது மிச்சமாக அவர் விட்டுச்சென்ற நினைவுகள். இது சுப்புலட்சுமி என்ற ஒரு பெண்ணின் நினைவுகள் மட்டுமில்லை. நூற்றாண்டின் முன்பாக படித்த, அறிவார்ந்து செயல் பட்ட குடும்பங்கள் கூட பெண்களை எப்படி ஒடுக்கி அடக்கியது என்பதன் நேரடியான அத்தாட்சி.

சுப்புலட்சுமி உயிரோடு இருந்தபோது அவரை வெறும் விசித்திரங்களின் தொகுப்பாகவே நான் பார்த்ததில்லை. பள்ளிக்குச் சென்று படிக்காமலே உலக விஷயங்கள் அத்தனையும் அறிந்தவராக, தனக்கான ஒரு அகவெளியைக் கொண்டவராகவே அவரை அறிந்திருக்கிறேன் என மைதிலி சிவராமன் தனது முன்னுரையில் பாட்டி பற்றிய மனச்சித்திரத்தை மிகச் சிறப்பாகப் பதிவு செய்திருக்கிறார்.

அந்த முன்னுரையில் என்னை அதிர்ச்சியுறச் செய்த வரி, சுப்பு லட்சுமி இரண்டே அறைகளுக்குள் கிட்டதட்ட ஐம்பது ஆண்டுகாலம் வாழ்ந்தார் என்பதே. இந்த வரி தரும் வலியும் நடுக்கமும் மனதைத் துவளச் செய்துவிட்டது. மைதிலியே தொடர்ந்து சொல்கிறார்... இது அவரது உடல் நோய் குணப்படுத்த முடியாத ஒன்று என்பதால் அல்ல. மாறாக, மேற்கத்திய வைத்திய முறைகளில் அவரது கணவருக்கு நம்பிக்கை இல்லாத காரணத்தால்

அவருக்குச் சரியான சிகிச்சை தரப்படாமல் இந்த நிலை ஏற்பட்டது என்கிறார்.

தனது உடல் நலனை இன்னொருவரிடம் ஒப்படைத்துவிட்டு அவரது கருணைக்காகக் காத்திருப்பது எவ்வளவு வேதனையானது. அதுவும் ஐம்பது ஆண்டுகாலம் நோயாளியாக ஒடுங்கிவாழ்வது என்பது பெருந்துயரம். ஹிஸ்டீரியா எனப்படும் மனச்சிதைவு நோயால் சுப்புலட்சுமி பாதிக்கப்பட்டிருக்கிறார் என்று அவரைக் குடும்பமே ஒதுக்கிவைத்துவிட்டது என்பதை வாசிக்கும்போது குடும்ப வன்முறையின் உச்சம் இதுவென்றே தோன்றுகிறது.

சுப்புலட்சுமி மார்ச் 14 ஆம் தேதி 1897 ஆம் ஆண்டு பிறந்தார். அவரது அப்பா திருவிதாங்கூர் மகாராஜாவின் சபையில் சர்வேயராகப் பணியாற்றியிருக்கிறார். பிரிட்டிஷ் கலாச்சாரப் பண்புகளின் மீது அதிக ஈடுபாடு கொண்ட குடும்பமது. சுப்புலட்சுமியை அவரது அப்பா ஆங்கிலக் கல்வி கற்க அனுப்ப வேண்டும் என்று ஆசைப்பட்டார். ஆனால் அவரது ஐந்து வயதில் அப்பா இறந்து போய்விடவே, அந்தக் கனவு சிதைவுற்றது. தாத்தா வீடான திருவையாற்றிற்கு வந்து சேர்ந்த சுப்புலட்சுமியின் தினசரி வேலை தாத்தாவிற்கு ஆங்கில தினசரியை வாசித்துக் காட்டுவது. பதினோரு வயதாகும்போது அவருக்குத் திருமணமானது.

அதன் பிறகு இரண்டு வருடங்கள் கழித்தே அவர் வயதுக்கு வந்திருக்கிறார். கணவர் பி. ஆர். கோபாலகிருஷ்ணனுக்கு அப்போது வயது 23. 1910 ஆம் ஆண்டு தனது பதிமூன்றாவது வயதில் அவர் தனது புகுந்த வீட்டிற்கு அனுப்பப்பட்டிருக்கிறார். 14வது வயதிலே தாயாகிவிட்டார். அவருக்குப் பதினேழு வயதில் வலிப்பு நோய் கண்டிருக்கிறது. அதனால் அவரால் வீட்டுவேலைகள் செய்ய முடியவில்லை.

சுப்புலட்சுமியின் கணவர் பி.ஆர்.ஜி. காலனிய அரசாங்கத்தில் சால்ட் இன்ஸ்பெக்டராக வேலை செய்தவர். அவர் பணியாற்றிய இடங்கள் கடவுளால் கைவிடப்பட்டவை. யாருமேயில்லாத கடற்கரை டாக் பங்களா ஒன்றில் தனி ஆளாக கடலை வெறித்துப் பார்த்துக் கொண்டிருந்ததைப் பற்றி சுப்புலட்சுமி தனது நாட்குறிப்பில் எழுதியிருக்கிறார். அவர்களது முதல் குழந்தை இறந்து போகிறது. சுப்புலட்சுமி நோயுற்று மனச்சோர்வு அடைகிறார். கணவருக்கோ குழந்தை இறந்தது மட்டுமே துக்கம். மனைவியின் நோய்மை சகிக்க முடியாத இடையூறு மட்டுமே. சுப்புலட்சுமிக்கு வலிப்பு நோய் உருவானதற்குக் காரணம், அவரது மூன்றாவது குழந்தை இறந்துபோனதே என்கிறார் அவரது மூத்த மகள் பங்கஜம்.

தன்னால் படிக்க முடியாமல் போய்விடவே தன் மகள் பங்கஜத்தை எப்படியாவது பள்ளியில் சேர்த்துப் படிக்க வைக்க ஆசைப்படுகிறார் சுப்புலட்சுமி. இதற்காகவே அவர்கள் சென்னைக்கு வருகிறார்கள். ஆனால் தன் மகள் பள்ளியில் சேர்ந்து கல்வி பெறுவதைப் படித்த அவரது கணவர் விரும்பவில்லை என்பது சுப்புலட்சுமிக்கு அதிர்ச்சியளிக்கிறது. பெண்கள் கடைக்குப் போய் சாமான் வாங்கும்போது கடைக்காரன் ஏமாற்றிவிடாதபடி அறிவு இருந்தால் போதும் என்று அவர் நினைக்கிறார் என தன்னுடைய கணவரைப் பற்றி சுப்புலட்சுமி எழுதியிருக்கிறார்.

1920களில் உள்ள சென்னை. அன்றுள்ள வாசகசாலை, நாளிதழ்கள், குடும்பக் கனவுகள், படித்த நடுத்தர வர்க்கத்தினரின் காலனிய மோகம், புதிதாக உருவாகிய பெண்களுக்கான கல்வி நிலையங்கள், சுப்புலட்சுமியின் அரசியல் விழிப்புணர்வு என்று இதன் அத்தியாயங்கள் அவரது வாழ்வின் காட்சிகளாக நீள்கின்றன.

இன்னொரு பக்கம் சுப்புலட்சுமி போன்று பல பெண்கள் கடந்த காலங்களில் எதிர்கொண்ட பிரச்சினைகள், சமூக நெருக்கடிகள் என்று இடைவெட்டாக சமூகப் பிரச்சினைகளையும் மைதிலி சிவராமன் விவரித்துக்கொண்டே போகிறார். சுப்புலட்சுமிக்கும் அவரது தோழியாக இருந்த கிரேஸ்க்குமான உறவு ஒரு நாவலைப் போல விரிகிறது. தனித்து விரிவாக எழுதப்படவேண்டிய அற்புதமான பகுதியது.

ஷேக்ஸ்பியர், தாகூர், பாரதியார், ஹரிந்தரநாத் சட்டோபாத்யாயா, காந்தி என்று இந்த நூலெங்கும் இடையிட்டுச் செல்லும் கவிதைகளும் மேற்கோள்களும் மைதிலி சிவராமனின் தேர்ந்த ரசனை மற்றும் எழுத்தாற்றலின் சான்றாக உள்ளன. முழுமையற்ற இந்த நாட்குறிப்புகளின் வழியே சுப்புலட்சுமியின் மனக்குரலை நாம் நேரடியாகக் கேட்க முடிகிறது. அந்த அளவு வலிமையாகத் தனது எழுத்தை உருவாக்கிய மைதிலி சிவராமன் மிகுந்த பாராட்டிற்கு உரியவர்.

இந்தக் கடிதங்கள் அப்படியே மொழியாக்கம் செய்து பின் இணைப்பாக வோ அல்லது தனித்த பகுதியாகவோ சேர்க்கப்பட்டிருந்தால் கூடுதல் உதவியாக இருந்திருக்கும். அது போலவே ஒரே விஷயம் சில அத்தியாயங்களில் மறுபடி மறுபடி எழுதப்பட்டிருப்பது சற்று அயர்ச்சி தருவதாக உள்ளது. சுப்புலட்சுமி குறித்த சுயவிபரக்குறிப்பு அதாவது அவர் பிறந்த தேதி, இடம், திருமணம், வாழ்ந்த இடங்கள், வாழ்வின் முக்கிய

நிகழ்வுகள் யாவும் ஒன்றிணைந்ததாக தனித்து உருவாக்கப்பட்டு பின் இணைப்பாக சேர்க்கப்படுதல் அவசியம்.

தேசம் வீடுகளால் ஆனது. நீங்கள் உங்கள் இல்லத்தில் நீதியில்லாமலும், சமத்துவத்தை முழுமையாக அனுசரிக்காமலும் இருக்கும்வரை அவற்றை உங்கள் பொதுவாழ்வில் காணமுடியாது என்கிறார் பாரதியார். அது நிஜம் என்பதற்கு இந்த நூலே சாட்சி. சமகாலத்தில் வெளியான ஒரு முக்கிய வரலாற்று ஆவணமாகவே இந்தப் புத்தகம் உள்ளது. அதற்காகவே ஒவ்வொருவரும் இதை வாசிக்க வேண்டும்.

நதி வழி நடந்தேன்

நடந்தாய் வாழி காவேரி என்று தி.ஜானகிராமன் காவேரி ஆற்றின் பாதையெங்கும் நதியின் புகழ்பாடியபடியே பயணித்த அனுபவ நூல் ஒன்றை வாசித்திருக்கிறேன். அது தந்த உத்வேகத்தில், நான்கு ஆண்டுகள் ஆறுகள், ஏரி, குளம், கண்மாய், அணைகள் என்று தமிழக நீர்நிலைகளை நேரடியாக அறிந்து கொள்வதற்காகப் பயணித்திருக்கிறேன். இந்தப் பயணத்திற்குப் பின்னால் தமிழ்நாட்டைப் பற்றி நான் கொண்டிருந்த மனச்சித்திரமே மாறிவிட்டது. தமிழ் நாடு வறுமையானது என்ற எண்ணம் அடியோடு போய் விட்டது.

ஆற்றின் கரைகளில் வாழ்வது அல்லது ஆற்றைத் தேடிச் சென்று காண்பது என்பது மனித மனதின் ஆதார வேட்கைகளில் ஒன்று. அதனால்தான் இன்றும் பிழைப்பிற்காக அமெரிக்கா போன பிறகும் நினைவில் ஓடும் தாமிர பரணியை, காவேரியைப் பற்றி பேசிக் கொண்டேயிருக்கிறார்கள். அவர்களுக்குத் தாமிரபரணி என்பது நதியில்லை, வாழ்வின் பிரிக்கமுடியாதப் பகுதி. அதன் நீரோட்டத்திற்குள் தான் பால்யமும் பதின்வயதும் இளமைக் காலமும் கலந்து ஓடுகின்றது. ஆறு எப்போதும் வாழ்வின் இனிமையான பொழுதுகளின் ஞாபகவடிவம் போலிருக்கிறது.

இந்தியாவில் பிறந்த ஒவ்வொருவரும் ஒருமுறையாவது இந்திய நதிகளை நேரில் பார்த்து வரவேண்டும். அப்போதுதான் இந்தியா எவ்வளவு வளமையானது,

எஸ்.ராமகிருஷ்ணன்

எவ்வளவு பாரம்பரியமிக்கது என்பது புரியும். இந்தியா நதிகளால் ஒன்றிணைக்கப்பட்ட நாடு. நதியை ஒட்டியே நகரங்கள் இருக்கின்றன. நதியை ஒட்டியே கலைகள், கலாச்சார மாற்றங்கள் நிகழ்ந்திருக்கின்றன. இந்தியாவின் ஆன்மாவைத் தேடும் ஒரு பயணி நதி வழி செல்பவனாகவே இருப்பான்.

இதைத்தான் தீர்த்த யாத்திரை என்று சொல்வார்கள். அது வெறும் மதவழிபாடு மட்டுமில்லை. வேறுவேறு ஆறுகளை, குளங்களை, நீர் நிலைகளைத் தேடிப்போய் தரிசனம் செய்வது என்பது அக சந்தோஷத்தை உருவாக்கக்கூடியது. நதியைப் பார்த்த மாத்திரம் ஒருவனது சொந்தக் கவலைகள், துயரங்கள் ஒன்றுமில்லாமல் போய் விடுகின்றன. ஆற்றின் பிரவாகத்தை ரசிப்பதற்கு யாரும் கற்றுத் தரவேண்டியதில்லை.

நதியில் நீராடும் மனிதன் பலவேளைகளில் அதனோடு பேசுகிறான். அதை வணங்குகிறான். நதியைத் தனது தாயாக, தோழியாக, நண்பனாக, குழந்தையாக, ஞான குருவாகக் கொள்வது இந்திய மரபில் எப்போதுமிருக்கிறது. நதியில் நீராட முடியாத நேரங்களில் அதைக் கண்ணில் ஒரு துளி ஒற்றிக் கொண்டால் போதும், நதியின் அத்தனை உயர்தன்மைகளும் நமக்குள் வந்துவிடும் என்ற நம்பிக்கையிருக்கிறது.

காந்தியவாதியான காகா காலேல்கர் இந்தியாவில் ஓடும் அத்தனை முக்கியமான ஆறுகளையும் பயணம் செய்து பார்த்து குஜராத்தி மொழியில் விரிவான புத்தகம் ஒன்றை எழுதியிருக்கிறார், ஜீவன் லீலா என்ற அந்தப் புத்தகம் தமிழில் பி.எம். கிருஷ்ணசாமி அவர்களால் மொழியாக்கம் செய்யப்பட்டுள்ளது, 1971ல் சாகித்ய அகாதெமி இதை வெளியிட்டிருக்கிறது.

நதியும், அது சார்ந்த மக்களின் வாழ்க்கைமுறையும், கலாசார அடையாளங்களும் குறித்து காகா காலேல்கர் ஆவணப்படம் எடுப்பதைப் போல துல்லியமாக விவரித்துக்கொண்டே போகிறார்.

நதிகள் குறித்தும் இது போல சுவாரஸ்யமாக எழுதப்பட்ட புத்தகம் எதையும் நான் வாசித்ததேயில்லை. ஜீவன் லீலாவைப் படிப்பவர்கள் காகா காலேல்கர் மீது பொறாமை கொள்வது தவிர்க்கமுடியாதது. அந்த அளவு அவர் இந்திய தேசத்தின் ஒவ்வொரு நதியையும் தேடிப்போய் பார்த்திருக்கிறார். ரசித்து உருகியிருக்கிறார்.

நதியை அறிவது ஒரு கொண்டாட்டம். பிரிந்த குடும்பத்தை மறுபடி காணும் ஒருவனின் மனநிலையே ஆற்றினைக் காணும்போது

அவருக்குள் ஏற்படுகிறது. நதியை வியந்து வியந்து போற்றுகிறார். அதன் பூர்வ வரலாற்றை, அதன் புராணீக குறிப்புகளை, கவிஞர்கள் ஆற்றினைப் பாடிய பாடல்களை நினைவுபடுத்துகிறார். அவ்வகையில் இது ஒரு நதியாஞ்சலி.

காகா காலேல்கர் காந்தியின் நெருங்கிய சீடர். இவர் கையில் வைத்திருந்த கோலைத்தான் காந்தி உப்பு சத்தியாகிரகத்தின் போது வாங்கிப் பயன்படுத்திக்கொண்டார். அந்த வகையில் தானொரு காந்தியின் கைத்தடி என்று வேடிக்கையாகச் சொல்லிக் கொள்கிறவர். காந்திய இயக்கத்தை மேம்படுத்த காலேல்கர் இந்தியா முழுவதும் தொடர்ந்து பயணம் செய்திருக்கிறார்.

நதிகளைப்பற்றி அவர் சுட்டிக்காட்டும் விஷயங்கள் வியப்பானவை. பசு, காளை, குதிரை போன்ற விலங்குகளின் குலத்தை வகைப்படுத்த நதிகளையே அடையாளம் சுட்டுகிறார்கள். நல்ல ஜாதிக் குதிரைகள் சிந்து நதிக்கரையில் அதிகம் வளர்க்கப்பட்டன. அதனால் அந்தக் குதிரைகளுக்கு பெயரே சைந்தவம் என்றானது. பீமா நதிக்கரையில் வளரும் மட்ட குதிரை ரகத்தின் பெயரே பீமா குதிரை. இப்படி விலங்குகள் நதியின் இயல்பை வைத்தே அழைக்கப்பட்டன.

இதுபோலவே விலங்குகளின் பெயரை நதிக்குச் சூட்டி அழைப்பதும் வழக்கம். கோதா, கோமதி, சர்மண்வதி போன்றவை அப்படிப்பட்டவைகளே.

இந்தியாவில் கடலுக்கு இன்னொரு பெயரிருக்கிறது. அது நதியின் கணவன். ஆறுகள் நதியைத் தேடிச் சேர்வதால் அந்தப் பெயர் ஏற்பட்டிருக்கிறது என்கிறார் காலேல்கர்.

ஆற்றைப் பார்த்தவுடனே எல்லோரது மனதிலும் அது எங்கிருந்து வருகிறது, எங்கே போகிறது என்ற கேள்வி தானாகவே எழுகிறது. இந்தக் கேள்வி மிகப்பழமையானது. நதிமூலம் அறிந்துகொள்ள எப்போதுமே மனிதன் ஆசைப்படுகிறான். ஆனால் மனிதனால் ஒருபோதும் நதியின் ரகசியத்தை முழுமையாக அறிந்து கொள்ள முடியாது. ஒருவேளை அறிந்து கொண்ட ரகசியத்தைக்கூட வெளியே சொல்வது அர்த்தமற்றது என்றே மனிதன் நினைக்கிறான். ஆறு அவனது நிரந்தரமான தோழன்.

வாழ்க்கையை எப்போதுமே நதியோடுதான் ஒப்பிடுகிறோம். பிரவாகம்தான் வாழ்வின் கதி. இந்த ஒப்புமையைப் பாடாத இந்தியக் கவிகளேயில்லை. உபநிஷதம் துவங்கி இன்றைய கவிஞர்கள் வரை நதிகளைப் பாடிக்கொண்டேயிருக்கிறார்கள்.

நதியின் முன்னால் நிற்கும் ஒருவன் என்ற படிமமே மனதைக் கற்பனையில் கொண்டுவிடுகிறது இல்லையா?

நதி ஒருவனின் புறத்தைத் தூய்மைப்படுத்துவதைப் போலவே அகத்தையும் தூய்மை செய்யக்கூடியது. அதை ஹெர்மன் ஹெஸ்ஸேயின் சித்தார்த்தா நாவலில் வரும் கோவிந்தன் இறுதிக் காட்சியில் சொல்கிறான். நதியில் ஒரு படகோட்டியாக வாழ்வதே உன்னதமான வேலை. அதுவே உயர்ந்த ஞான நிலை என்கிறான். காரணம், நதி அவனுக்கு வாழ்வின் உயர்வு தாழ்வுகளை, சுகதுக்கங்களைக் கற்றுத் தந்திருக்கிறது. அதைத்தான் இந்த நூல் முழுவதும் காலேல்கரும் வலியுறுத்துகிறார்.

ஜீவன் லீலா முழுவதும் கவித்துவத் தெறிப்புகள் மிளிருகின்றன. உலகின் முதல் பயணி நதியே என்று நதியைப்பற்றி சொல்லத்துவங்கிய காலேல்கர், நதி ஒரு கண்ணாடி. அதில் இரவின் நட்சத்திரங்கள் ஒளிர்கின்றன. கறுப்பு வெண்ணெய் போல சேறு படிந்த ஆறு. ஆற்றில் உள்ள கூழாங்கற்களில் இறந்தவர்களின் அஸ்தி கரைந்து அவை அழிக்கமுடியாத நினைவின் வடிவம் போலயிருக்கின்றன. இரண்டு நதிகள் ஒன்றாகும்போது ஒரு நதி தன் பெயரை விட்டுக்கொடுத்து மற்றொரு நதியாகிவிடுகிறது. ஆறு கடலோடு கலக்கும் போது தன்னை ஒடுக்கிக்கொண்டுவிடுகிறது. அதற்குக் காரணம், அது கணவனைத் தேடிச் சேர்கிறது என்பதுதானா என்று ஒளிரும் வரிகளைக் கவித்துவ உச்சங்கள் என்றே சொல்லவேண்டும்.

ஆறு ஒரு தர்மத்தைக் கடைபிடிக்கிறது. அதனால்தான் அது கரைகளுக்குள் ஒடுங்கி ஓடுகிறது. தனது பெயரை, பெருக்கெடுக்கும் பிரவாகத்தைத் தானே கைவிட்டு முடிவில் கடலோடு ஒன்று கலந்து விடுகிறது. அந்த வகையில் மனித வாழ்க்கை மேற்கொள்ள வேண்டிய அத்தனை செயல்களையும் நதி வழிகாட்டிச் செல்கிறது. அதனால்தான் நதியைத் துணைக்கு வைத்துக்கொள்ள வேண்டும் என்கிறார் காலேல்கர்.

காந்திஜி தன் பால்யத்தில் விளையாடிய ஆஜீ நதி துவங்கி கங்கை, பிரம்மபுத்ர, கிருஷ்ணா, காவேரி, வைகை, யமுனை, கோமதி, பத்மா, சரயூ, ஐராவதி, கோதாவரி, சிந்து என்று எண்ணிக்கையற்ற நதிகளைப் பற்றி பக்கம் பக்கமாக எழுதியிருக்கிறார். இதில் வியப்பு என்னவென்றால் நாம் மறந்துபோன சென்னையின் அடையாற்றைப் பற்றிக்கூட ஆதங்கத்துடன் ஒரு குறிப்பு எழுதியிருக்கிறார்.

கடலைத் தேடி வரும் அடையாறு கடலோடு கலந்துவிடாமல் ஒரு மணல் திட்டால் தடுக்கப்படுகிறது. இந்த மண் அணையைத் தாண்டிப் போக முடியாமல் ஆறு நின்றுவிடுகிறது. ஆகவே அடையாறு கடலுடன் கோபித்துக்கொண்ட ஆறு என்று சுட்டிக்காட்டுகிறார்.

ஆற்றினைப் பற்றி மட்டுமில்லை. சில்கா ஏரி துவங்கி கேரளத்து உப்பங்கழி வரை முக்கிய நீர்நிலைகள் பற்றியும் காலேல்கர் எழுதியிருக்கிறார். இந்திய மக்கள் ஒருவரையொருவர் எளிதாகப் புரிந்து கொள்வதற்கு முக்கிய காரணம் நதிகளே. அதோடு இணைந்து வாழ்வதால் வாழ்க்கை விழுமியங்கள் ஒன்றுபோலவே இருக்கின்றன என்று அடையாளம் காட்டுகிறார் காலேல்கர்.

நதியோடு நமது பண்பாட்டுச் சூழல் எப்படி இணைந்து வளர்ந்தது என்பதற்கு நிறைய உதாரணங்களையும் வரலாற்று உண்மைகளையும் முன்வைத்து எழுதுகிறார்.

புத்தகம் முழுவதும் நீரோட்டச் சப்தம் கேட்டபடியே இருக்கிறது. இப்புத்தகத்தை வாசிப்பது ஒரு அரிய அனுபவம். நூலை முடிக்கும் போது வாசகன் பெருகியோடும் நதியில் குளித்து எழுந்து நிற்பது போன்ற புத்துணர்ச்சியைப் பெறுவது நிச்சயம். நதி அவனுக்கு முன்பும் பின்பும் தன்னியல்பில் ஓடிக்கொண்டிருப்பது போல உலகம் இயங்கிக்கொண்டேயிருப்பதை அப்போது அவன் மனம் நுட்பமாக உள்வாங்கிக்கொள்ளும். அதுதான் இந்தப் புத்தகத்தின் வெற்றி.

இரவிற்கு எல்லாம் தெரியும்

இரண்டாம் உலகப் போரின்போது ஹிட்லரின் நாஜிப் படையால் படுகொலை செய்யப்பட்ட யூதர்கள் குறித்து நிறைய ஆவணங்கள், புனைகதைகள், நாடகங்கள் எழுதப்பட்டிருக்கின்றன. அதில் மிக முக்கியமானதாகக் கருதப்படுவது ஆனி பிராங்கின் நாட்குறிப்புகள் (The Diary of Anne Frank).

பதிமூன்று வயதான யூதச்சிறுமி எழுதிய இந்த நாட் குறிப்புகள் வரலாற்றின் முக்கிய ஆவணங்களில் ஒன்றாகக் கருதப்படுகிறது. ஆனி பிராங்க் டச்சு மொழியில் இந்த டயரியை எழுதியிருக்கிறாள்.

ஜூன் 14, 1942ல் டயரி துவங்குகிறது. முதல் 22 நாட்கள் அவர்களின் இயல்பு வாழ்க்கையை விவரிக்கும் இந்த நாட்குறிப்பு அதன் பிறகு 1944 வரையான அவர்களின் ஒளிந்து வாழும் காலத்தைப் பதிவு செய்துள்ளது.

ஆனி தனது டயரிக்கு கிட்டி என்று பெயர் சூட்டியிருக்கிறார். ஒரு தோழியிடம் நடந்த செய்திகளைச் சொல்வதைப் போலவே நாட்குறிப்புகளை எழுதி யிருக்கிறாள்.

காகிதம் மனிதர்களை விடவும் பொறுமையானது. அந்தப் பொறு மையை நான் பயன்படுத்திக்கொள்ள வேண்டும் என்று ஒரு இடத்தில் ஆனி குறிப்பிடுவது கவனிக்கத்தக்கது.

ஹிட்லர் ஆட்சியின்போது யூதர்கள் எப்போதும் மஞ்சள் நட்சத்திர சின்னத்தை அணிந்து கொண்டிருக்க வேண்டும். டிராம்களில் பயணிக்கவோ, வாகனம் ஓட்டவோ அனுமதி கிடையாது. மாலை மூன்று மணியில் இருந்து ஐந்து மணிக்குள் மட்டுமே தங்களுக்குத் தேவையான பொருட்களை வாங்கவேண்டும். இரவு எட்டு மணிக்கு மேலே வெளியே வரக்கூடாது. வீட்டின் முற்றத்தில் அமரக்கூடாது. நாடகம், சினிமா பார்ப்பது கண்டிக்கதக்கது.

நீச்சல், விளையாட்டுப்போட்டிகள், எதிலும் பங்கேற்கக் கூடாது. யூதர்களுக்கான தனிப்பள்ளியில் மட்டுமே சேர்ந்து படிக்க வேண்டும். பொது இடங்களில் சைக்கிளைத் தள்ளிக்கொண்டுதான் போக வேண்டும், என்பது போன்ற கடுமையான தடை சட்டங்கள் இருந்தன. அந்தச் சூழலுக்குள் தான் ஆனி வாழ்ந்தாள்.

இன்னொரு பக்கம் இனத்தூய்மை செய்வதாக யூதர்களை மொத்தமாக முகாமில் அடைத்து விஷவாயு செலுத்திக் கொன்று குவித்தது நாஜி ராணுவம். குழந்தைகளைக்கூட தலையை மொட்டையடித்து நிர்வாணப்படுத்தி சித்ரவதை செய்தது ஹிட்லரின் ராணுவம். இதுபோன்ற கொடுமையான சித்ரவதை முகாமில் மாட்டிக்கொள்ளாமல் தப்பிப்பதற்காக யூதக் குடும்பங்கள் ரகசிய இடங்களில் ஒளிந்து வாழத் துவங்கினார்கள்.

அதில் ஒன்றுதான் ஆனி பிராங்கின் குடும்பம். அப்பா ஒட்டோ பிராங்கின் அலுவலகத்தில் உள்ள ரகசிய அறை ஒன்றில் ஒளிந்து வாழ்ந்த ஆனி தனது இருண்ட வாழ்க்கையின் அவலங்களை, வலியை, வேதனைகளை நாட்குறிப்பில் பதிவு செய்திருக்கிறாள்.

60க்கும் மேற்பட்ட மொழிகளில் வெளியாகியுள்ள இந்த நூல் ஆனியின் 13 மற்றும் 14வது வயதில் எழுதப்பட்டதாகும். தனது 15வது வயதில் அவள் ஹிட்லரின் ராணுவத்தால் கண்டுபிடிக்கப்பட்டு பெர்ஜன் பெல்சன் முகாமிற்குக் கொண்டுசெல்லப்பட்டு அங்கே நோயுற்று இறந்து போனாள். அவர்கள் குடும்பத்தில் தப்பிப் பிழைத்த ஒரே நபர் அவளது அப்பா ஒட்டோபிராங்க் மட்டுமே.

ஜெர்மனியின் பிராங்பெர்ட் நகரில் 1929 ஜூன் 29ல் ஆனி பிறந்தாள். அவளது அப்பா ஒட்டோபிராங்க். அம்மா எடித். சகோதரி மார்க்காட் ஹிட்லரின் அடக்குமுறைக்குப் பயந்து ஆனின் குடும்பம் ஆம்ஸ்டர்டாமிற்குத் தப்பிச் சென்றது. 1942 ஆம் ஆண்டு ஆனின் 13வது பிறந்தநாள் அன்று அவளுக்குப் பிறந்த நாள் பரிசாக ஒரு டயரி கிடைத்தது. அதைப் பயன்படுத்தி அவள் தனது அன்றாட நிகழ்வுகளைப் பதிவு செய்யத் துவங்கினாள்.

13 மற்றும் 14வது வயதில் இரண்டு வருடங்களில் அவள் எழுதிய நாட்குறிப்பில் இருந்து தொகுக்கப்பட்டதுதான் இந்த நூல். அவளது டயரியின் சில பகுதிகள் காணாமல் போய்விட்டன. சில கிழிக்கப்பட்டிருக்கின்றன.

இந்த டயரி உண்மையானதில்லை. இது ஒரு போலி என சில விமர்சகர்கள் குரல் எழுப்பினார்கள். ஒட்டோபிராங்க் தனது மகளின் உண்மையான நாட்குறிப்பின் பக்கங்களை வெளியிட்டு அந்தச் சர்ச்சைகளுக்கு முற்றுப்புள்ளி வைத்தார். ஆனி பிராங்கின் நாட்குறிப்பு திரைப்படமாகவும் வெளியாகி உள்ளது.

ஆனின் நாட்குறிப்புகளில் மூன்று விஷயங்கள் தீர்க்கமாக எழுதப்பட்டிருக்கின்றன. ஒன்று, பதின்வயதுள்ள அவளது காதல் உணர்ச்சிகள், அதில் ஏற்படும் தவிப்புகள், இனம்புரியாத இன்பம்.

குறிப்பாக பீட்டரோடு அவளுக்கு இருந்த ஆண் நட்பு. அதை அவள் உணரும் விதம், ரகசிய அறைக்குள்ளாக வளரும் அவர்களின் காதல், முடிவற்ற உரையாடல்கள், அதில் ஏற்படும் மனசஞ்சலம், கவலை, அம்மாவோடான சண்டை மற்றும் யாருடனும் பகிர்ந்து கொள்ளாத காதலின் உற்சாகம் நுட்பமாக விவரிக்கப்படுகிறது.

ஆன் உலக விஷயங்களைத் தெரிந்து கொள்வதில் எப்போதுமே ஆர்வமானவளாக இருக்கிறாள். குறிப்பாக; மன்னர்கள். அவர்களின் அகபுற உலகம் பற்றி அதிகம் தெரிந்துகொள்ள விரும்புகிறாள். ரேடியோ கேட்பதன் வழியே யுத்தகால நெருக்கடிகளை, அரசியல் சூழல்களை அவள் அறிந்துகொள்கிறாள். ஆன் பிராங்க் அரசியல் நடவடிக்கைகள் குறித்து அதிகம் பேசவும் விவாதிக்கவும் விரும்புகிறவளாகவே இருக்கிறாள். ஆனால் அதைப்பற்றி பெண்கள் அதிகம் பேசிக்கொள்வதில்லை என்பதால் அவள் தனக்குத்தானே அவற்றைச் சொல்லிக்கொள்கிறாள்.

ஒளிந்து வாழும் ரகசிய இடத்தில் அவள் ஆண்களோடு பேசிப் பழகுவது அம்மாவிற்குப் பிடிக்கவில்லை. பதின்வயது பெண்களின் ஒழுக்கம் குறித்து அம்மா — மகளுக்குள் அடிக்கடி சண்டை வருகிறது. அப்பா அவளை எப்போதுமே பரிவுடன் நடத்துகிறார். ஆனிற்கும் அப்பாவின் மீதுதான் அதிக பாசமிருக்கிறது.

மொழிபெயர்ப்பு செய்வது, பிரெஞ்சு கற்றுக்கொள்வது, சுருக்கெழுத்து படிப்பது என்று அவள் தனது புறஉலகின் நெருக்கடியில் இருந்து தப்பிக்க ஏதேதோ செய்ய முயலுகிறாள். ஆனால் அடிமனதில் யூதப் படுகொலை முகாமின் மரண அச்சம் அவளைப் பிடித்தாட்டுகிறது, இந்த மனநிலைக்கு மாற்றுமருந்தாக அமைவது அவளிடம் உள்ள புத்தகங்களே.

ஆம் நண்பர்களே, புத்தகங்களே அவளை உயிரோடு வைத்திருந்தன. புத்தகங்களே அவளை ஆறுதல் படுத்தின. புத்தகங்களே அவளுக்கு வெளியுலகின் சாளரமாக இருந்தன. புத்தகங்கள் மட்டும் இல்லாமல் போயிருந்தால் ஆன் என்றோ நோயுற்று முடங்கிப் போயிருப்பாள்.

ஒளிந்து வாழ்ந்த அந்த ரகசிய அறைக்குள் அவளது உற்ற தோழியாக எப்போதும் உடனிருந்தது புத்தகங்களே. அதுதான் வாழ்வின் மீதான கடைசிப் பிடியாக அவளை இறுகப் பற்றி யிருக்கிறது.

ஆன் டயரியின் மூன்றாவது அம்சம். தனது குடும்பம் எப்படி நெருக்கடியை எதிர்கொள்கிறது என்பதை இயல்பாகச் சுட்டிக் காட்டுவதாகும். குறிப்பாக, ஒளிந்து வாழும் காலத்தில் உடனிருக்கும் ஒருவரின் மனைவி தனது அப்பாவை மயக்குவதற்கு செய்யும் முயற்சிகள் அவளுக்கு எரிச்சலூட்டுகின்றன, குளிப்பதற்கு இடமில்லாமல் அம்மா இருட்டில் நின்று குளிப்பது அவளுக்குக் கவலை தருகிறது. உணவுத்தட்டுப்பாடு, ராணுவம் பிடித்துக்கொண்டு போய்விடுமோ என்று வாயை மூடிக்கொண்டு நாள் எல்லாம் மௌனமாக இருப்பது, மின்சாரமில்லாத அறையினுள் சவக்குழியில் வாழ்வது போன்ற மன நெருக்கடியை உணர்வது என்று ஆனி நாட்குறிப்பில் தனது அக உணர்ச்சிகளைத் துல்லியமாகப் பதிவு செய்திருக்கிறாள், பல இரவுகளில் அவள் உறக்கமில்லாமல் விழித்துக்கொண்டு படுத்திருக்கையில் இரவிற்கு எல்லாம் தெரியும், அது யாரையும் காட்டிக் கொடுப்பதில்லை என்று உணருகிறாள். ஒருவகையில் இரவு அவளுக்கு மீட்சி தருகிறது. அதிகார நெருக்கடிகளில் இருந்து ஆறுதல் அளிக்கிறது.

பின்னொரு நாள் ஒட்டோபிராங்கின் தலைமறைவு வாழ்க்கை கண்டுபிடிக்கப்பட்டு நாஜி ராணுவம் அவர்களை முகாமிற்கு இழுத்துக் கொண்டு போனது. ஆனி தனது டயரியை அந்த வீட்டிலே ஒளித்து வைத்துவிட்டு வந்தாள். யூதமுகாமில் அவளது அம்மா இறந்து போனாள், அப்பா வேறு முகாமிற்குக் கொண்டு செல்லப்பட்டார். பெர்ஜன் பெல்சன் முகாமில் ஆனியும் அக்காவும் உடல் நலமற்றுப் போனார்கள். அந்த முகாம் ஆஷ்விட்ச் முகாம் போல கொடூரமாகவே இருந்தது.

ஒட்டோபிராங்கிற்குத் தெரிந்த பெண்ணாகிய மையிட் கைஸ் அவர்கள் ஒளிந்து வாழும் காலத்தில் உடனிருந்தார். கைஸ் ஒரு டச்சுகாரரர். ராணுவம் ஒட்டோபிராங்கைப் பிடித்துக்கொண்டு போன பிறகு கைஸ் தற்செயலாக அந்த ரகசிய அறையினுள்

தேடியபோது ஆனியின் டயரி கையில் கிடைத்தது. அதை அவர் போர் முடிந்த பிறகு திரும்பி வந்த ஒட்டோபிராங்கிடம் ஒப்படைத்தார், அதை வாசித்த ஒட்டோபிராங்க் தன் மகளின் எழுத்தாற்றலைக் கண்டு நெகிழ்ந்து போய் அந்த நாட்குறிப்பினை வெளியிட்டார். பின்பு 1950ல் ஆங்கிலத்தில் வெளியானது.

ஆனி பிராங்கின் டயரி வெளியாவதற்கு முக்கிய காரணமாக இருந்தவர் மையிப் கைஸ். நூறு வயது வரை வாழ்ந்த கைஸ் ஒவ்வொரு ஆண்டும் ஆகஸ்ட் 4ம் நாளில் ஆன் குடும்பத்தினருக்காக மௌன விரதம் இருந்து வந்திருக்கிறார்.

ஆனி தனது பதினைந்தாவது வயதில் மரணமடைந்தபோதும் தனது எழுத்தின் வழியே உலகெங்கும் இன்றும் வாழ்ந்து கொண்டேயிருக்கிறாள். ஆனின் நாட்குறிப்பை வாசிக்கையில் அந்த சிறுமியின் சொற்களில் அவளது ஆறாத மனத்தவிப்பை, வாழ்தலின் ஏக்கத்தை உணர முடிகிறது, அந்த உஷ்ணம் வாசிப்பவனைச் சுடுகிறது. மனதை துவளச் செய்கிறது.

ஆனி பிராங்கின் டயரிக்குறிப்புகளை உஷாதரன் எளிமையாகவும், சரளமாகவும் மொழியாக்கம் செய்திருக்கிறார். மூல நூலின் உணர்ச்சிகள் தமிழிலும் அதே சாரத்துடன் வந்திருப்பது பாராட்டிற்குரியது. 'எதிர் வெளியீடு' இதைச் சிறப்பாக பதிப்பித்துள்ளது.

விந்தை ஓவியன் வாங்ஃபோ

மார்கெரித் யூர்ஸ்னார் (Marguerite Yourcenar) நவீன பிரெஞ்ச் இலக்கியத்தில் எனக்கு மிகவும் பிடித்தமான எழுத்தாளர். இவரது சிறுகதைகளின் தொகுப்பு கீழை நாட்டுக்கதைகள் என்ற பெயரில் 'க்ரியா' வெளியீடாகத் தமிழில் வெளியாகி உள்ளது. யூர்ஸ்னார் பிரெஞ்ச் கலை இலக்கிய அகாதமியின் தலைமைப் பொறுப்பை ஏற்ற முதல் பெண் எழுத்தாளர். முக்கிய நாவலாசிரியர், மொழிபெயர்ப்பாளர், கட்டுரையாளர். இவரது எழுத்துகள் குறித்து இன்றளவும் தொடர்ந்து சர்ச்சைகள் இருந்து வருகின்றன.

தொன்மங்களையும் பழங்கதைகளையும் கொண்டு உருவாக்கப் படும் இவரது நவீன சிறுகதைகள் கதை சொல்லும் முறையில் பெரும் பாய்ச்சலை ஏற்படுத்தியவை. அராபிய இரவுகளில் வரும் ஷெகர்ஜாத்தைப் போல சொல்லித் தீராத கதைசொல்லியாகவே யூர்ஸ்னாரைக் கருதுகிறேன்.

இவரது உயிர் தப்பிய வாங்ஃபோ என்ற சிறுகதை அபாரமான ஒன்று. கதை சொல்வதன் உச்ச சாதனையாகவே இதைக் குறிப்பிடுவேன். வாங்ஃபோ என்ற முதிய ஓவியரைப்பற்றியது இக்கதை. அந்த ஓவியர் எதை வரைந்தாலும் அதில் உயிர்துடிப்பு இருக்கும். அவரால் தனது ஓவியங்களின் வழியே எந்தப் பொருளுக்கும் உயிர் கொடுத்துவிட முடியும் என்று மக்கள் நம்பினார்கள்.

ஓவியர் வாங்ஃபோ நாடோடி போல சுற்றியலைந்து இயற்கைக் காட்சிகளை ஓவியம் வரையவும், தும்பிகளை வேடிக்கை பார்க்கவும் செய்து கொண்டிருந்தார். உலகில் உள்ள எல்லா பொருள்களும் சித்திரமாவதன் வழியே மட்டுமே அதிக ஈர்ப்பையும், ஜீவத்தன்மையும் கொண்டிருப்பதாக வாங்ஃபோ நம்பினார். அதனால் அவரது ஓவியத்தை ரசித்தவர்கள், நிஜமான இயற்கையைக் காணும்போது அதில் ஏதோ குறைபாடு இருப்பது போலவே உணர்ந்தார்கள்.

கலையின் வெற்றி என்பதே படைப்பை இயற்கைக்கு நிகரான மாயத்தன்மை மிக்கதாக மாற்றுவதே என்று வாங்ஃபோ நிரூபித்துக் கொண்டிருந்தார். அவருக்குப் பொருளியல் வாழ்க்கையில் நாட்டமேயில்லை. தூரிகைகள், சைனா மை மற்றும் ஓவியம் தீட்டும் பட்டுத் துணிகள் இவை தவிர அவரிடம் வேறு பொருள்கள் கிடையாது. பணத்தைப் பெரியதாக நினைத்ததே கிடையாது.

அவரது முடிக்கப்படாத ஓவியங்களைத் தூக்கிக் கொண்டு அவரது உதவியாளராக லிங்என்ற சிஷ்யன் கூடவே அலைந்து கொண்டிருந்தான். தன்னைச் சுற்றிலும் காணப்படும் மலைகள், ஆறுகள், வசந்த காலப் பூக்கள் போல் தனது மூட்டைக்குள்ளும் இயற்கையின் இன்னொரு உலகம் இருக்கிறது, அது காணுலகை விட அற்புதமானது என்று லிங்முழுமையாக நம்பினான்.

வாங்ஃபோவிற்கு சூரிய உதயத்தை வரைவது பிடிக்கும். இதற்காகவே அவர்கள் வேறுவேறு இடங்களில் சுற்றியலைந்து கொண்டிருந்தார்கள். வழியில் உள்ள கிராமங்களிலிருந்த விவசாயி களுக்கும் தொழிலாளர்களுக்கும் அவர்கள் விரும்பிய ஓவியத்தை வரைந்து கொடுத்து அவர்கள் தரும் உணவைச் சாப்பிட்டபடியே கடந்து போய்க்கொண்டிருந்தார் வாங்ஃபோ.

கதை, ஓவியர் வாங்ஃபோவைப் பற்றியதாக இருந்தாலும் அதன் முக்கிய கதாபாத்திரம் அவரது சிஷ்யன் லிங்கே. அவன் வசதியான வீட்டைச் சேர்ந்தவன். அழகான ஒரு பெண்ணை மணம் செய்து கொண்டவன், அவன் மனைவியைப் பற்றி யூர்ஸ் குறிப்பிடும் விதம் கவிதையின் தெறிப்புகள் கொண்டவை

லிங்கின் மனைவி நாணலைப் போல் மெல்லியவளாகவும், பாலைப் போல குழந்தைத்தனமாகவும், உமிழ்நீரைப்போல மிருதுவாகவும், கண்ணீரைப்போல உப்பாகவும் இருந்தாள்.

ஒரு நாள் தற்செயலாக மது விடுதியில் வாங்ஃபோவை சந்திக்கிறான் லிங். அவர் நிறங்கள் என்பது மௌனமான ஒரு மொழி என்பதை அவனுக்குப் புரிய வைக்கிறார். அவரது

ஓவியத்திறமை கண்டு வியந்து அவருக்கு ஒத்தாசை செய்தபடியே கூடவே பயணம் செய்ய ஆரம்பிக்கிறான்.

தனது ஓவியம் வரைவதற்கு மாடல் வேண்டும் என்று லிங்கின் மனைவியை வாங்ஃபோ அழகான சித்திரமாக வரைகிறார். ஓவியத்தில் பார்த்த பெண், நிஜமான தனது மனைவியை விட அழகாக இருப்பதாக உணர்ந்த லிங்அவளை அதிகம் காதலிக்கத் துவங்குகிறான். இதனால் ஆத்திரமான லிங்கின் மனைவி மனம் உடைந்து தூக்குப் போட்டு இறந்துபோய்விடுகிறாள். இந்தத் துக்கம் அவனை அலைக் கழிக்கிறது. வாங்ஃபோவும் அவனுமாக காடு மலை ஆறு என்று சுற்றியலைகிறார்கள்.

ஒரு கோப்பை கூழுக்குக்கூட ஓவியம் வரைந்து தந்த வாங்ஃபோ, பணக்காரர்கள், உயரதிகாரிகள் கொட்டும் வெள்ளிக்காசுகளுக்கு ஓவியம் வரைய மறுத்தே வந்தார்.

ஒரு நாள் நாட்டின் புதிய பேரரசர் வாங்ஃபோவைக் கைது செய்து இழுத்து வரும்படி ஆணையிட்டார். அதனால் காவல்வீரர்கள் அவரைத் தேடி அலைந்து முடிவில் பலவந்தமாக இழுத்துக் கொண்டு போனார்கள். மன்னரின் கோபத்திற்கு உள்ளாகும்படி தான் என்ன தவறு செய்தோம் என்று வாங்ஃபோவிற்குப் புரியவே யில்லை.

புதிய மன்னரின் முன்னால் வாங்ஃபோவைக் கொண்டுபோய் நிறுத்தினார்கள். அந்த அரண்மனை விசித்திரமானதாகயிருந்தது, அங்கே பறவைகள் பறக்கக்கூட அனுமதியில்லை. பூக்களின் வாசம் மன்னரின் சிந்தனைக்கு இடையூறாக இருக்கும் என்று வாசமில்லாத பூக்களைக் கொண்ட செடிகளே வளர்க்கப்பட்டிருந்தன.

அரியாசனத்திலிருந்த மாமன்னர் கோபத்துடன் "நீ என்ன தவறு செய்திருக்கிறாய் என்று தெரியுமா?" வாங்ஃபோவிடம் கேட்டார்.

வாங்ஃபோவிற்குத் தனது தவறு எதுவெனப் புரியவேயில்லை. புதிய மன்னரே சொல்லத் துவங்கினார்:

"வாங்போ, என் வாழ்க்கை உன்னோடு முடிச்சு போடப்பட்ட ஒன்று. எனது தந்தை உனது அரிய ஓவியங்களை வாங்கிச் சேகரித்து ஒரு அறையில் வைத்திருந்தார். அந்த அறையில் தான் சிறுவயது முழுவதும் நான் வளர்க்கப்பட்டேன். நீ வரைந்த மலைகள், ஆறுகள், மரங்கள், சூரிய உதயங்கள்தான் எனக்குத் தெரிந்த உலகம். வேறு வெளியுலகமே தெரியாது. உன் ஓவியத்தில் இருந்த ஜீவத்தன்மை என்னை மயக்கியது. அதிலேயேகிறங்கிப் போய் கிடந்தேன். அதை வியந்து வியந்து ரசித்தேன்.

பிறகு உரிய வயது வந்தவுடன் என்னை அரண்மனைக்கு வெளியே உள்ள உலகை அறிந்து வர அனுமதித்தார்கள். உன் ஓவியத்தில் இருப்பதுபோல் வசீகரமான மலையோ, கடலோ, சூரிய உதயமோ எதையும் வெளியுலகில் நான் காணமுடியவில்லை. வெளியுலகம் உயிர்ப்பேயில்லாமல் இருக்கிறது. நீ ஏதோவொரு மாயம் செய்து உன் ஓவியத்தை உருவாக்குகிறாய்.

நான் மன்னராகப் பதவி ஏற்றுக் கொண்டபோது, நான் ஆள விரும்புவது இந்தப் பூமியை அல்ல. நீ ஓவியத்தில் வரைந்துள்ள அந்த உன்னத உலகைத்தான் என்று தோன்றியது. ஆனால் அந்த உலகம் எங்கேயிருக்கிறது. அதற்குள் எப்படிப் போவது எனத் தெரியவில்லை. முடிவாக ஒன்றைக் கண்டுபிடித்தேன்.

உன் கண்கள்தான் அந்த உலகிற்குச் செல்லும் சாலைகள். அந்த உலகினை உன் கைகள்தான் படைத்தன. எனக்குக் கிடைக்காத அந்தப் பொய்யுலகத்தை உருவாக்கிய உன் கண்களைக் குருடாக்கி, உன் கைகளைத் துண்டிக்கப்போகிறேன். அதற்கு முன்பாக நீ பாதியில் விட்டுச் சென்ற ஓவியம் ஒன்று என் அறையிலிருக்கிறது. இளமை வேகத்தில் அதை பாதியில் விட்டுப் போயிருக்கிறாய். அதன் மிச்சத்தை வரைந்து முடித்துவிடும். அதுவரை உன்னை உயிரோடு அனுமதிக்கிறேன்”

அதைக்கேட்டுக் கோபமான சிஷ்யன் லிங்வாளோடு பாய்ந்தான். ஆத்திரமான பேரரசன். “உன் ஓவியத்தின் மீதுகிறங்கிக் கிடக்கும் லிங்தான், இந்த தண்டனைக்கான முதல் பலி” என்று அவனது தலையைத் துண்டிக்க ஆணையிட்டான்.

வாங்ஃபோவின் கண்முன்னால் லிங்கின் தலை துண்டிக்கப்பட்டது. அப்போதுகூட தனது ரத்தம் குருவின் மீது பட்டுவிடக்கூடாது என்பதற்காக லிங்குருவை விட்டு ஒரு அடி முன்னால் நகர்ந்து நின்றுகொண்டான் என்று யூர்ஸ்னார் எழுதும்போது லிங்கின் கதாபாத்திரம் அபூர்வமான ஒன்றாக மனதில் பதிந்துவிடுகிறது.

ஓவியன் வாங்ஃபோ தனது தூரிகைகள், வண்ணங்களுடன் பாதியில் வரைந்த ஓவியத்தைக் காணச் சென்றான். ஓவியம் வரையும் போது வண்ணங்களைக் கலந்து தர இரண்டு அரவாணிகள் உடனிருந்தார்கள். வாங்ஃபோ தன்னை மறந்து ஓவியத்தை வரையத் துவங்கினான்.

அவனது தூரிகையில் இருந்து ஓவியம் உயிர்பெறத் துவங்கியது. அவன் வரைந்த ஓவியத்திலிருந்த கடல் வழிந்து தண்ணீர் பொங்கி யோடியது. அதன் சீற்றம் பொருள்களை வாரிக் கொண்டு

போனது. அப்போது கடலின் தொலைவில் இருந்து ஒரு படகில் வாங்ஃபோவின் சீடன் லிங்வந்து கொண்டிருந்தான். அவனையும் தனது தூரிகையால் வாங்ஃபோ உயிர்ப்பித்திருந்தார்.

அந்தப் படகில் வாங்ஃபோவும் ஏறிக்கொண்டார். அந்தப் படகு கொஞ்சம் கொஞ்சமாகத் தண்ணீரில் சென்று மறைந்தது. பின்பு அந்த ஓவியம் இயல்பு நிலை பெற்றது.

மறுநாள் மன்னர் பார்க்கும்போது அந்த ஓவியத்தில் தொலைவில் செல்லும் படகு ஒன்றின் மங்கிய சித்திரம் தென்பட்டது. அதில் நிழல்போல வாங்ஃபோவும் லிங்கும் இருப்பதாகத் தோன்றியது. அறையில் வாங்ஃபோ இல்லை. அவர் தான் வரைந்த ஓவியத்தின் வழியே படகில் ஏறி நிரந்தரமாகத் தப்பிப் போய்விட்டதாகச் சொல்லிக்கொண்டார்கள் என்று கதை முடிகிறது.

இக்கதை பழங்கதை மரபின் தொடர்ச்சி போலத் தோன்றினாலும் அதை நவீனப்படுத்துவது அதன் மையச்சரடு. அதாவது கலை அறிமுகம் செய்யும் உலகம், கண்முன் விரியும் உலகைவிட வசீகரமாக இருப்பது ஏன் என்ற கேள்வியும் அதற்கான புதிரான பதிலுமே.

ஒருவகையில் நாடோடி மனமே கலையின் மூல ஊற்றாக உள்ளது, நாடோடி மனம் என்பது இலக்கற்ற ஒன்றில்லை. மாறாக, அது இயற்கையிடம் தன்னை முழுமையாக ஒப்படைத்துவிட்ட ஒன்று. நாடோடிகள் பொருள் தேடுவதில் ஆர்வம் கொள்வதில்லை. ஆனால் உலகின் அத்தனை விந்தைகளையும், சிறப்புகளையும் தான் அறிந்துவிட வேண்டும் என்று துடிக்கிறார்கள். நாடோடியின் லயிப்பு மற்றவர்களால் புரிந்துகொள்ள முடியாதது. நாடோடிகள் வாழ்வைக் கொண்டாடுகிறார்கள். உயிர்துடிப்பில்லாத எதையும் அவர்கள் ஏற்றுக்கொள்வதில்லை.

இக்கதையில் வரும் அரசன் ஒரு விசித்திரமான கதாபாத்திரம். அவன் இயற்கையை ஓவியத்தின் வழியாகவே அறிந்து கொள்ளத் துவங்குகிறான். ஆகவே தன் கண்முன்னே உள்ள ஓவியத்தில் சித்தரிக் கப்பட்ட காட்சிகளின் வழியேதான் அவன் வெளியுலகைப்பற்றிய கற்பனையை மேற்கொண்டிருக்கிறான். ஆகவே அவனது மனம் இயற்கையை ஏதேதோ விநோதமாகக் கற்பனை செய்திருக்கிறது.

வெளியுலகில் இஷ்டம் போல நடமாட அவன் அனுமதிக்கப்பட்ட பிறகு, ஓவியத்தில் உள்ளது போல இயற்கை இல்லையே என்று அவன் மனம் ஏங்குகிறது, அதன் மர்மத்தை அறிந்து கொள்ள விழைகிறான்.

உண்மையில் எந்த ஓவியமும் இயற்கையை அப்படியே பிரதிபலிப்பதில்லை. மாறாக, இயற்கையின் நுண்மையைத் தனித்து அடையாளம் காட்டுகின்றது. இயற்கையின் புதிர்தன்மைக்கு எது காரணம் என்று ஓவியம் பதில் தர முயற்சிக்கிறது. இயற்கையை உள்வாங்கிக் கொள்ள கற்பனை முக்கியமானது என்பதைச் சுட்டிக்காட்டுகிறது. அதனால்தான் அரசனால் இயற்கையை நேரடியாகப் புரிந்து கொள்ள முடியவில்லை,

வாங்ஃபோவின் பாதி முடிக்கப்படாத சித்திரம் என்பது மனித வாழ்க்கையைத்தான் குறிக்கிறது. எல்லா மனிதர்களது வாழ்க்கையும் பாதி முடிக்கப்படாத ஓவியங்கள்தான். அதை உன்னதக் கலைஞர்கள் மட்டுமே தனது படைப்புகளின் வழியே திருத்தி எழுத முற்படுகிறார்கள். அப்போதும் அது முடிக்கப்படாத ஓவியமாகவே எஞ்சுகிறது.

வாங்ஃபோ ஒரு பௌத்த துறவியைப் போலவே இருக்கிறார். கண்ணுக்குத் தெரியாத காலம் எனும் நெருப்பு மனிதர்கள், அவர்கள் விரும்பிச் சேர்த்த பொருள்கள், செல்வங்கள், வசிப்பிடங்கள் அத்தனை மீது படர்ந்து எரிந்து கொண்டேயிருக்கிறது என்ற பௌத்தசாரத்தை அவர் உணர்ந்திருக்கிறார். அதனாலே எரியாத அல்லது எரித்தாலும் புதிதாகவே இருக்கிற சூரிய உதயத்தை அவர் தனது ஆதர்சமாக எடுத்துக் கொள்கிறார். இக்கதையெங்கும் கவித்துவமான வரிகள் பளிச்சிடுகின்றன.

> வரிக்குதிரையின் கோடுகள் போல பளிச்சிட்டன மின்னல் கீற்றுகள்.
> மௌனம் என்பது ஒரு சுவர் போன்றது.
> பழைய நினைவுகளின் நீண்ட வராந்தாவில்
> உன்னை அழைத்துச் சென்று
> என் வாழ்க்கையை உனக்குச் சொல்ல வேண்டியிருக்கிறது.
> கடலில் விழும் எந்தக் கல்லும்
> நீலக்கல்லாக மாறிவிடும் என்று நம்பச் செய்தாய்.

என்பதுபோல் எண்ணிக்கையற்ற கவித்துவ வரிகள் கதையை நறுமண மிக்கதாக்குகின்றன. கவித்துமான கதை சொல்லும் முறைக்கு உதாரணமாக கேப்ரியல் கார்சியா மார்க்வெஸ்ஸையே சொல்வார்கள். யூர்ஸ்னார் அதையும் மிஞ்சிய கவித்துவத்துடன் செயல்படுவதை இச்சிறுகதை மெய்ப்பிக்கிறது.

தமிழில் இக்கதையை வெஸ்ரீராம் மிகவும் சிறப்பாக மொழியாக்கம் செய்திருக்கிறார். சமீபமாக வெளியான மொழிபெயர்ப்பு சிறுகதைத் தொகுதிகளில் இந்த நூல் மிகவும் முக்கியமான ஒன்று.

சிறுகதையில் மட்டுமில்லாது நாவலிலும் யூர்ஸ்னார் ஒரு சாதனையாளரே. அவரது Memoirs of Hadrian நாவல் தனிமொழி போல எழுதப்பட்டிருக்கிறது. ஓரினப் புணர்ச்சியாளர் என்று கருதப்பட்ட ஹடரின் அரசனைப்பற்றிய இந்த நாவல் காமம் குறித்த அக்க் கொந்தளிப்புகளைப் பேசுகிறது.

ஹட்ரின் ரோமப் பேரரசர்களில் முக்கியமானவர். இவரது காலத்தில் கிரேக்கம் புராதனமான கடவுள் நம்பிக்கையை இழந்திருந்தது. இயேசுவின் வருகைக்கு முன்பான காலமிது. ஹட்ரின் ரோமை வலிமைப்படுத்திய அரசர். அவருக்கும் ஆன்டோனியஸ் என்ற இளைஞனுக்குமாக ஓரினச்சேர்க்கை உறவு பற்றியும் ஆன்டோனியஸ் மீது அவருக்கு ஏற்பட்ட காதல் எப்படி மாறுபட்டது என்பதையும் ஹட்ரினின் இசை மற்றும் கலை சார்ந்த ரசனைகளையும் மார்க்கஸ் அர்லியேஸிற்கு எழுதிய கடிதம் வழியாக வெளிப்படுவதாக நாவலின் வடிவம் உள்ளது.

யூர்ஸ்னார் தனது தோழியும் மொழிபெயர்ப்பாளருமான கிரேஸ் பிரிக் (Grace Frick) கோடு சேர்ந்து வாழ்ந்தவர். அவர்களுக்குள் லெஸ்பியன் உறவு இருந்தது என்று சில விமர்சகர்கள் கூறுகிறார்கள். பாரீஸில் வாழ்ந்த யூர்ஸ்னாரை அமெரிக்கா அழைத்து வந்தவர் கிரேஸ். இருவரும் தனியே ஒரு தீவில் வீடு எடுத்துக் கடைசி வரை ஒன்றாக வாழ்ந்தனர். தன் மீதான விமர்சனங்களுக்குப் பதில் அளிப்பதற்காகவே இந்த நாவலை யூர்ஸ்னார் எழுதினார் என்கிறார்கள். பதினைந்து ஆண்டுகள் எழுதப்பட்ட இந்நாவல் பிரெஞ்சு இலக்கியத்தில் முக்கியமான ஒன்றாக விளங்குகிறது.

இந்த நாவலில் மட்டுமில்லாமல் யூர்ஸ்னாரின் முக்கிய படைப்புகள் அத்தனையிலும் அதன் நாயகர்கள் ஓரினப் புணர்ச்சியில் ஈடுபாடு கொண்டவர்களே. ஒரு ஆண் இன்னொரு ஆணை விரும்புவது என்பது புதிரானது, பேசித் தீர்க்க வேண்டிய அகச்சிக்கல் கொண்டது என்கிறார் யூர்ஸ்னார்.

யூர்ஸ்னாருக்கு விருப்பமான எழுத்தாளர் யுகியோ மிஷிமா. இவரும் ஒருபால் புணர்ச்சியாளர் என்ற குற்றச்சாட்டிற்கு உள்ளான வரே. மிஷிமாவின் ஒன்றிரண்டு கதைகளை வாசித்து அதில் ஆர்வமாகி அவரை முழுமையாக வாசிக்க வேண்டும் என்பதற்காக ஜப்பானிய மொழியைக் கற்றுக்கொண்டதாகச் சொல்லும் யூர்ஸ்னார், மிஷிமா எழுத்தாளர்களில் ஒரு சாமுராய் என்று பாராட்டுகிறார். மிஷிமாவின் நோ நாடகங்களை யூர்ஸ்னார் மொழியாக்கம் செய்திருக்கிறார்.

இரண்டு ஆண்டுகளுக்கு முன்பாக சென்னையில் உள்ள அலி யான்சே பிரான்சிஸில் வாங்ஃபோ பற்றிய இச்சிறுகதையை மையமாகக் கொண்ட பொம்மலாட்டம் ஒன்றினைப் பார்த்தேன். யூர்ஸ்னாரின் கதையை மிகவும் நேர்த்தியான இசையுடன் பொம்மைகளைக் கொண்டு உருவாக்கிக் காட்டினார்கள். ஓவியன் வாங்ஃபோ போன்ற கதாபாத்திரம் இந்தியக் கதைமரபிலும் இருக்கிறார்கள். இக்கதையை உலக யுத்த காலத்தில் யூர்ஸ்னார் எழுதியதுதான் அதன் தனிச்சிறப்பு.

அதிகாரத்தின் கெடுபிடிகளைத் தாண்டி கலையுணர்ச்சி மனிதனை உயிர்ப்பிக்கும் என்ற நம்பிக்கை கொண்ட சீனப் பழங்கதையான The Man Who Was Milligan பின் உந்துதலே யூர்ஸ்னாரை இக்கதை எழுதச் செய்திருக்கிறது.

ஒருவனின் சிந்தனைகள் பிறக்குமிடமே அவனது உண்மையான பிறந்த இடம். அப்படிப் பார்த்தால் எனது பிறப்பிடம் என்று புத்தகங்களையே சொல்வேன். ஆகவே எனக்குப் பிறகு வாரிசுகளாகப் பிள்ளைகளை விட்டுச் செல்வதற்கு பதிலாகப் புத்தகங்களையே இந்த பூமியில் விட்டுச் செல்வேன் என்று சொல்கிறார் யூர்ஸ்னார். A Coin in Nine Hands, Fires போன்றவை யூர்ஸ்னாரின் இதர முக்கிய படைப்புகள்.

தனித்திருத்தல்

டாம் பிரௌன் ஜூனியரின் Grandfather புத்தகத்தை சமீபத்தில் வாசித்தேன். அமெரிக்காவில் வாழும் இயற்கையியலாளரான டாம் பிரௌன் தனது நண்பனின் தாத்தாவும் Lipan Apache இனத்தைச் சேர்ந்த பூர்வகுடி இந்தியருமான Stalking Wolf தங்களுக்குக் கற்றுத்தந்த வாழ்க்கைப் பாடங்களை அடிப்படையாகக் கொண்டு இயற்கையைப் புரிந்து கொள்ளும் புதிய வழிமுறைகளை உருவாக்கி வருகிறார்.

இந்தப் புத்தகம் Stalking Wolf தங்களுக்கு என்ன கற்றுத் தந்தார், அதை எப்படித் தாங்கள் புரிந்து கொண்டோம், தாத்தாவின் தனித்துவங்கள் எவை என்பதைப்பற்றி பேசுகிறது.

இந்த மெக்சிக பழங்குடியினத் தாத்தாவைப் பற்றி வாசிக்க வாசிக்க நமது ஊரும், அங்கு வாழ்ந்து மறைந்த கிழவர்களும், அவர்கள் இயற்கையைப் புரிந்து கொண்டிருந்த விதமும் நினைவுக்கு வரத்துவங்குகிறது.

பிரபல ரஷ்ய திரைப்பட இயக்குனர் டவ்ஷென்கோ ஒரு நிகழ்வைக் குறிப்பிடுகிறார், ஒருநாள் அவரது தாத்தா யாருமில்லாத நேரம் தன்னை அருகாமையில் அழைத்து நான்தான் கடவுள். பூமியில் வசிக்கலாம் என்று வந்து தங்கியிருக்கிறேன், அதை யாரிடமும் சொல்லிவிடாதே என்று சொல்கிறார். அதை டவ் ஷென்கோவால் நம்பவே முடியவில்லை.

ஆனால் தாத்தாவின் தைரியத்தையும், அவர் தனியாக எதையும் செய்து முடிக்கும் வேகத்தையும் கண்டு அவர் நிச்சயம் கடவுளாகத்தான் இருக்க வேண்டும் என்று முடிவு செய்து கொள்கிறார். பதின்வயது வரை தனது தாத்தாதான் கடவுள் என்று நினைத்துக் கொண்டிருந்ததாக டவ் சென்கோ கூறுகிறார்.

இப்படித் தாத்தாவைப் பற்றி ஆளுக்கொரு நினைவு பசுமையாக மனதில் இருக்கக்கூடும். ராபர்ட் டி ருவாக் தாத்தாவும் பேரனும் என்றொரு அற்புதமான புத்தகம் எழுதியிருக்கிறார். அது வேட்டைக்காரரான தனது தாத்தா கோடைகாலமொன்றில் கற்றுத்தந்த வேட்டைகளைப் பற்றியது.

இந்த வரிசையில் எழுதப்பட்ட ஆனால் தனித்துவமான புத்தகமாக உள்ளது டாம் பிரௌனின் கிராண்ட்பாதர். டாம் பிரௌன் ஜூனியர் மெய்தேடலுடன் கூடிய கவித்துவமாக இதை எழுதியிருக்கிறார்.

அவரது புத்தகம் இப்படித்தான் துவங்குகிறது.

நாம் அறிந்த காலம் வெளி என்பதும் தாத்தாக்களின் காலம் வெளி என்பதும் ஒன்றானதில்லை. இரண்டும் வேறுவேறு தளங்களைக் கொண்டது, தாத்தாக்கள் எப்போதுமே தங்களுக்கான காலவெளியை தாங்களே உருவாக்கிக்கொள்கிறார்கள். அவர்கள் இயற்கையைத் தனது ஆசானாகக் கருதுவதால் உலகம் பற்றிய அவர்களின் புரிதல் இன்றைய வணிக கலாச்சாரத்தினுள் அடங்க மறுக்கிறது.

அவர்கள் உலகோடு பின்னிப்பிணைந்தவர்கள். இயற்கையை ஒருபோதும் வணிகப்பொருளாக அவர்கள் கருதுவதில்லை.

நகரவாழ்வில் நாம் உணரும் கால அனுபவம் வேறு; இயற்கையோடு வாழும்போது காலம் குறித்து நமக்கு ஏற்படும் அனுபவம் வேறுவிதமாக அமைகிறது.

இயற்கையைப் பொறுத்தவரையில் காலம் என்பது வளர்ச்சியின் ஒருபகுதி. நகரவாழ்விலோ காலம் என்பது பணமாக மாற்றப் படுவதற்காகச் செலவழிக்கப்படும் ஒரு பொருள். இந்த அடிப்படை முரணைத் தான் இப்புத்தகம் பேசுகிறது.

அகத்தேடுதல் இல்லாத வாழ்க்கைமுறையே இன்றைய சலிப்பான வாழ்க்கைக்கு முக்கியக் காரணம். நம்மைச் சுற்றிய இயற்கையின் எந்த அழகையும் நாம் ரசிப்பதில்லை. இயற்கையை பயன்படுத்தி வீசி எறியப்படும் பொருள் என்ற அளவில் உபயோகித்துப் பழகியிருக்கிறோம்.

இயற்கையைக் கண்டு நாம் வியப்பு அடைவதோ, ஒன்றுகலப்பதோ யில்லை. அதை எப்படி உபயோகப் பொருளாக மாற்றுவது என்றே யோசிக்கிறோம். அதிலிருந்து விடுபட்டு இயற்கையை ஆழமாகப் புரிந்துகொள்ள முயற்சிக்க வேண்டும் என்கிறார் டாம் பிரௌன்.

Stalking Wolf தனது வாழ்நாள் முழுவதும் சுற்றியலைந்து கொண்டேயிருந்தவர். அவரது அகத்தேடுதல் முடிவடையவேயில்லை. அவர் ஒருபோதும் இயற்கையின் சிறு பகுதியைக்கூட நாசம் செய்துவிடக் கூடாது என்பதில் கவனமாக இருந்தார்.

வாழ்வில் அவருக்கு மூன்று முக்கியமான குறிக்கோள்கள் இருந்தன. ஒன்று, புதியன கற்றுக்கொள்வது. இரண்டாவது, கற்றதை மற்றவருக்குச் சொல்லிக் கொடுப்பது. மூன்றாவது, மனிதனின் தனித்திறன்கள் அழிந்துவிடாமல் பாதுகாப்பது, இந்த தொடர் செயல்பாடுகளின் வழியே தான் அவர் உருவாகியிருக்கிறார்.

மனிதர்களின் மரபான தனித்திறன்கள் இன்று முற்றிலும் அழிந்து போய்விட்டன. கண்ணால் பார்த்தே ஒரு மரத்தில் எவ்வளவு இலைகள் இருக்கின்றன என்று எண்ணிச் சொல்லும் திறன் கூட பழங்கால மனிதர்களுக்கு இருந்தது. மீன்பிடித்தல், மரமேறுதல், நிழலைக் கொண்டு நேரம் கணித்தல், பூமிக்கடியில் நீர் கண்டுபிடித்தல், கனவிற்குப் பலன் சொல்லுதல், மூலிகைகளைக் கொண்டு மருத்துவம் செய்தல் என்று பல்வேறு விதமான தனித்திறன்கள் இருந்தன. அவை நாகரீகமடைந்த சமூகத்தால் காரணமேயின்றி கைவிடப்பட்டன. அதனால் மனிதர்களின் தனித் திறன்கள் மெல்ல அழியத் துவங்கி இன்று சிறிய கூட்டல் கணக்கை போடுவதற்குக் கூட கால்குலேட்டர் தேவைப்படும் சூழல் உருவாகி விட்டது. இப்படி வாழ்வியல் மாற்றத்தின் காரணமாக மனிதர்கள் கைவிட்டுப்போன திறமைகள் ஏராளம். இந்த தனித்திறன்களை மீட்டு எடுக்க வேண்டும். கூடுதலாக, இயற்கை எப்படி இந்தத் திறன்களை உருவாக்கியது என்பதை உணர்ந்து கொள்வதும் அவசியம். தனது மரபான தனித்திறன்களைப் பட்டியிலிட்டு அதன் இழப்பை அடையாளப்படுத்துகிறது இந்நூல்.

மண்ணை நேசிக்கும் ஒருவன் அதன் வழியே Spiritual wisdom ஒன்றினை அடைகிறான். அந்த மெய்ஞானமே அவனது விவசாயத்திற்கும், வாழ்க்கை முறைக்கும் அடிப்படையானது. இன்று அது போன்ற spiritual wisdom அற்றுப்போய்விட்டது. ஆகவே மனிதர்கள் தங்களின் தொழில் சார்ந்து எவ்விதமான ஆத்மஞானத்தையும் பெறுவதில்லை. அதை உள்ளூர் நேசிப்பமில்லை.

Spiritual wisdom உள்ள பழங்குடிகள் தனது உடல் என்பது இயற்கையின் ஒரு பகுதி எனப் புரிந்து வைத்திருப்பதோடு, இயற்கை எந்தக் காரணிகளால் தன்னை இயக்குகிறது என்பதையும் அறிந்துகொண்டு விடுகிறார்கள். அதிலிருந்தே இயற்கையோடு அவர்களின் ஒத்திசைவான வாழ்வு பிறக்கிறது.

பழங்குடி சமூகத்தில் பெண், ஆணைவிட மேம்பட்டவள். பெண் தான் குழந்தைகளின் முதல் ஆசிரியையாக இருக்கிறாள். அவளே மூலிகைகளைத் தேடி அறிந்து வந்து மருத்துவம் செய்கிறாள். ஆகவே பெண் வழியாகவே முதல் spiritual teaching நடைபெறுகிறது என்கிறார் தாத்தா. அவருக்கும் ஏழு வயதில் அப்படியான முதல் ஞானம் புகட்டப்படுகிறது.

தனித்திருத்தல் என்பதுதான் அகவளர்ச்சியின் முக்கிய அம்சம். எப்போது தனித்திருந்து நம்மை நாமே மேம்படுத்திக் கொள்ளவும், உலகின் சகல இடர்களை நேரடியாக எதிர்கொண்டு சமாளிக்கவும் துவங்குகிறோமோ அன்றுதான் நாம் வளர்ந்த மனிதனாகிறோம்.

தனித்திருத்தல் என்பது வாழ்வின் அடிப்படையான அம்சம். மெக்சிகோ பழங்குடிகள் குடும்பத்தோடு வாழ்ந்தாலும் நாளின் சில மணி நேரம் யாருமில்லாமல் தனித்திருக்க விரும்புவார்கள். அந்த நிமிசங்களில் தானும் இயற்கையும் ஒன்று சேர்வதாக கருதுவதே அதற்கான காரணம்,

உடல் உறுதிப்பாடும் அகவலிமையும் ஒன்று சேர்ந்தால் மட்டுமே ஒருவன் எதிலும் வெற்றிபெற முடியும். அதுதான் பூர்வகுடிகளின் கல்விமுறை.

இப்படி புத்தகம் முழுவதும் பூர்வகுடி தாத்தாவின் வாழ்வியல் பாடங்களின் வழியே இயற்கையைப் புரிந்து கொள்ளும் அகதரிசனத்தை உருவாக்குகிறார் டாம் பிரௌன் ஜூனியர், அவ்வகையில் இது இயற்கையோடு ஒத்திசைவு கொள்வதற்கான முக்கியமான புத்தகமாகும்.

யானையின் கண்ணீர்

Jefferey mussaieff masson எழுதிய When elephents weep புத்தகத்தை வாசித்தேன்.

நியூயார்க் டைம்ஸின் அதிகம் விற்பனையான புத்தகப் பட்டியலில் இந்த நூல் இடம்பெற்றிருந்தது. உளவியல் ஆய்வாளரான ஜெப்ரி இருபது ஆண்டுகளுக்கும் மேலாக காடுமலை சுற்றி மிருகங்களைத் தொடர்ந்து அவதானித்திருக்கிறார். உளவியல் ஆய்வில் அமைந்த இந்தப் புத்தகம் மிக சுவாரஸ்யமான அனுபவம் தருவதாகயிருந்தது.

தமிழில் மருத்துவ இலக்கியங்கள் என்று தனிவகையே இருக்கிறது. பத்தாம் நூற்றாண்டில் வாழ்ந்த ராவணன் என்பவர் எழுதிய சிந்தாமணி வைத்திய நூல்கள் ஓலைச் சுவடிகளாக நிறைய இருக்கின்றன. அதில் சிலவே பதிப்பு கண்டிருக்கின்றன. இந்த ராவண வைத்திய ஏடுகள் இலங்கை மற்றும் சீனாவிற்கு பௌத்த துறவிகள் வழியாகச் சென்றிருக்கின்றன என்றும் ஒரு கருதுகோள் இருக்கிறது.

விலங்குகளுக்கு வரும் நோய்கள் மற்றும் அதன் குண பாவங்களைப் பற்றி விரிவாகப் பேசும் நூல்கள் தமிழில் இருக் கின்றன. அதற்கு வாகடம் என்று பெயர். இவை செய்யுள் வடிவத்தில் அமைந்திருக்கின்றன. குதிரை வாகடம். காளை வாகடம், யானை வாகடம், பெரிய மாட்டு வாகடம் என்று பல்வேறு மருத்துவ நூல்கள் இருக்கின்றன. மாடுகளுக்கு மூலிகை அரைத்து

தந்து நோயை குணப்படுத்துவதோடு, பல்வேறு விதமான சூடு போடுவதன் வழியே நோயை குணமாக்கவும் செய்வார்கள். அதற்கான சூட்டுகோல் இருக்கும். எந்த இடத்தில் எப்படி சூடு போட வேண்டும் என்பதும் ஒரு வைத்திய முறையே. இந்த சூட்டுக்கோலில் மருந்து தடவப்பட்டிருக்கும். அத்தோடு பச்சிலை சாற்றைத் தடவி விடுவதால் காயம் உடனே ஆறிவிடும்.

மாடுகள், யானைகள், குதிரைகளின் உடலியல் பற்றி விரிவான அவதானிப்புகள் மற்றும் அதன் நிறம், உயரம், நீளம், பருமன் போன்றவற்றை ஆராயும் சாத்திரங்கள் நம்மிடையே இருந்திருக்கின்றன. அதை வைத்து குதிரை எப்படி ஓடும். அதன் வேகம் எப்படியிருக்கும் என்பதைக் கணித்திருக்கிறார்கள். அசுவ வாகடம் என்னும் குதிரை வைத்திய நூலில் எண்ணிக்கையற்ற குறிப்புகள் காணப்படுகின்றன.

விக்ரமாதித்யன் கதைகளில் வரும் பட்டிக்கு எறும்புகள் பேசுவது நன்றாகக் கேட்கும். அந்த வித்தைக்குப் பெயர் பபீலிகவாதம். அது ஆயகலைகளில் ஒன்று. இப்படிப் பறவைகள் பேசு வதையும் தேனீக்களின் ரீங்கார நடனத்தையும் பற்றி மனிதர்கள் நூற்றாண்டுகாலமாகவே நெருங்கி ஆராய்ந்திருக்கிறார்கள். நிறைய கற்பனை செய்திருக்கிறார்கள். அந்தக் கற்பனையிலிருந்து கதைகளும் வியப்பூட்டும் தகவல்களும் வெளியாகி உள்ளன.

விலங்குகளின் பிரதான உணர்ச்சி பயமே. அது எந்த நேரமும் தன்னை ஏதாவது அபாயம் பின் தொடரக்கூடுமோ என்ற பயத்திலேயே இருக்கிறது. பரிசோதனைக் கூடத்தில் எலிகளை சோதனை செய்த போது ஏதாவது விபரீதமான சப்தம் கேட்டவுடன் அதன் மூளை நரம்புகள் உடனே தூண்டப்பட்டு எலியின் உடலில் படபடப்பும் அசுரவேகமும் பீறிடுவதைக் கண்டிருக்கிறார்கள். இந்த உணர்ச்சி தூண்டுதலை மட்டும் துண்டித்துவிட்டால் பூனையின் முன்னால் எலி வாக்கிங்போவதோடு, அதை வலுச்சண்டைக்கு கூட இழுக்கக் கூடும்.

துக்கம், சந்தோஷம், ஏமாற்றம், பிரிவு போன்ற உணர்ச்சிகளை மிருகங்கள் எப்படி வெளிப்படுத்துகின்றன, ஏன் அப்படி நடந்து கொள்கின்றன என்பதைப் பற்றிய உளவியல் ஆய்வில் அமைந்த புத்தகம் யானையின் கண்ணீர். மிருகங்களைப் பற்றி ஆராயும்போது அதைத் தொடர்ந்து ஏன் மனிதர்களுடன் ஒப்பிடுகிறோம் என்ற கேள்வியை இந்தப் புத்தகம் ஆழமாக விசாரணை செய்கிறது.

மிருகங்களை அணுகும்போது அதை விட மனிதன் மேம்பட்டவன். அவனைவிட எந்த மிருகமும் எந்த உணர்ச்சி வெளிப்பாட்டிலும்

மேம்பாடு கொண்டதில்லை. மனிதர்கள் மீது மிருகங்கள் எவ்வளவு விசுவாசம் கொண்டிருக்கின்றன என்பதுதான் மனிதனின் முக்கிய கவனம். அதற்குள் அடங்காத மிருகங்களை அவன் உக்கிரமானவை என்று ஒதுக்கிவிடுவான் என்று மனித உணர்ச்சிகளின் வழியே மிருக உணர்ச்சிகளை ஒப்பிட்டு ஒருபோதும் முடிவுக்கு வரக்கூடாது என்று கூறுகிறார்.

இதற்குக் காரணம் மிருகங்கள் ஒருபோதும் சந்தோஷத்தை தேடி அலைவதில்லை. அதன் ஆசைகள் யாவும் அதனால் எவ்வளவு முடியும் என்ற வரம்புக்குள்தான் உள்ளது. சிறுநரி ஒரு முயலை அடித்து சாப்பிட முனையுமே அன்றி, ஒரு யானையை அடித்து தனியே சாப்பிட்டுவிடலாம் என்று ஒருபோதும் பேராசை கொள்ளாது. அவை சந்தோஷத்தை தன் உடல் மொழியால் வெளிப்படுத்துகிறது.

நரிகளைப் பற்றி இருபது வருசம் ஆய்வு செய்த மெக்கனால்டு அதன் நடையில் இருந்தே அது என்ன மனநிலையில் உள்ளது என்பதைத் தெரிந்து கொண்டுவிடலாம் என்கிறார். மனிதர்கள் தங்கள் சந்தோஷங்களையும் துக்கத்தையும் மறைத்துக் கொள்கிறவர்கள். அதை உடல்மொழி வெளிப்படுத்திவிடக்கூடாது என்பதில் அதிக கவனம் கொண்டிருக்கிறார்கள்.

வெள்ளப்பெருக்கின்போது ஆற்றில் அடித்துச் செல்லப்பட்ட தனது குட்டியை மீட்பதற்காக யானை ஒன்று ஆற்றின் திசையில் வேகமாக ஓடி சப்தம் எழுப்பி அதைக் கேட்டு அருகாமை கிராமவாசிகள் மீட்ட சம்பவத்தை வெளிப்படுத்தும் நூலாசிரியர், தன்னைக் காப்பாற்றிய தாயின் முன்னால் அந்தக் குட்டி சிறு குழந்தை போல் நடுங்கிக் கொண்டிருந்தது. அதன் கண்களிலிருந்து கண்ணீர் வந்தபடியே இருந்தது. தாயின் முகத்தில் தோன்றிய உணர்ச்சிப் பெருக்கைப் போல ஒருபோதும் கண்டதேயில்லை என்று விவரிக்கிறார். யானையின் மன இயல்புகளை நுட்பமாக இந்த நூல் அவதானித்துள்ள து.

சிறுவயதில் யானைப்பாகன் ஒருவனை எனக்குத் தெரியும். அவன் தன் வீடு இருக்கும் இடம் யானைக்குத் தெரியக் கூடாது என்பதில் மிக கவனமாக இருப்பான். இதற்காக சைக்களில் சென்று ஒரு சந்தில் சைக்கிளை நிறுத்திவிட்டு குறுக்கே வேறு பாதை வழியாக நடந்து பேருந்தைப் பிடித்து நகரின் வெளியில் உள்ள அவனது வீட்டிற்குப் போய் சேருவான். இப்படி ஒவ்வொரு நாளும் ஒரு விதமாகவே அவன் வீடு போய்வருவான். எதற்கு என்று கேட்டபோது, யானைக்குத் தெரிந்துவிட்டால் அது மூர்க்கம்

கொண்ட நேரத்தில் தன்னைத் தேடி வந்துவிடும் என்றான். அது நிஜமா என்று தெரியாது.

ஆனால் மாவுத்தர்களுக்கும் யானைக்குமான உறவு அற்புதமானது. அவன் யானையின் கண்களை வைத்தே அது இப்போது என்ன மனநிலையில் இருக்கிறது என்பதைச் சொல்லிவிடுவதைக் கண்டிருக்கிறேன். அதுபோலவே தன்னைப் பற்றி அவன் யானையின் முன்பு அதிகம் பேசியதும் கிடையாது. மனிதர்களோடு பழகிய யானைகள் தன்னியல்பு மறந்து போய்விட்டன. கோவில்களில் ஒற்றை யானையைக் காணும்போது அதன் தனிமை கண்ணை உறுத்துகிறது.

ஒரு நகரில் ஒரேயொரு யானைதானிருக்கிறது. அதைப் பார்த்து பழகிய பலரும் அதன் அருகாமையில் வாகனங்களில் கடந்து போகிறார்கள். சிறுவர்கள் கூட யானையின் மீது இன்று அதிசயம் கொள்வதில்லை. வாழ்க்கை நெருக்கடி யானையையும் தொற்றிக் கொண்டுவிட்டது.

ஒரு முறை நீண்ட நேரம் பசியோடு இருந்த யானை ஆத்திரத்தில் பிளிறியபோதும் அருகாமை கடையில் இருந்த சிறுவன் ஒருவன் தன் அம்மாவிடம் "அம்மா யானை கத்துமா? இன்னைக்குத்தான் முத தடவை கேட்கிறேன்" என்றதைக் கேட்டேன். யானைகள் கண்களால் உலகோடு பேசுகின்றன. அந்த மௌனம்தான் யானையின் கவசம் போலும்.

காட்டை மறந்த யானைகள் இன்று சன்னதி வாசலில் நின்றபடியே ஆசி தந்து கொண்டிருக்கின்றன. யாரும் அதைக் கவனம் கொள்வதேயில்லை. இப்போது அது வெறும் காட்சிப் பொருளாக மட்டுமே ஆகிப்போயிருக்கிறது.

ஜராதுஷ்ட்ராவின் ஞானம்

கடந்த சில வருடங்களில் நான் வாசித்த மொழிபெயர்ப்பு புத்தகங்களில் ஆகச்சிறந்தது நீட்ஷேயின் ஜராதுஷ்ட்ரா இவ்வாறு கூறினான் என்ற புத்தகமே.

நான்கு ஆண்டுகளுக்கு முன்பாக 'காலச்சுவடு' பதிப்பகம் இதை வெளியிட்டுள்ளது. நீட்ஷேயை தமிழில் மொழி பெயர்த்திருப்பவர் ரவி. இவர் குவளை கண்ணன் என்ற பெயரில் கவிதைகள் எழுதுகிறார். மாயா பஜார், பிள்ளை விளையாட்டு என்று இரண்டு கவிதை தொகுப்புகள் வெளியாகி உள்ளன.

நீட்ஷேயின் ஒரு படைப்பு முழுமையாகத் தமிழில் வெளியாவது இதுவே முதன்முறை என்று நினைக்கிறேன். கடவுள் இறந்து போய்விட்டார் என்ற நீட்ஷேயின் சிந்தனை பரவலாகத் தமிழ் இலக்கியச் சூழலில் மேற்கோள்காட்டப்பட்டிருக்கிறது. அதற்கு மேலாக நீட்ஷேயை நாம் வாசித்து அறிந்துகொள்ளவேயில்லை.

சிந்தனையாளர் வரிசை என்ற தொகுதியில் நீட்ஷே பற்றிய அறிமுக நூல் ஒன்று நாற்பது வருசங்களுக்கு முன்பு வெளியாகி உள்ளது. அது மிக எளிமையானது. ஆனால் நீட்ஷேயின் மூலப்பிரதி ஒன்று மிக நுட்பமாகவும் கவித்துவமாகவும் தமிழில் மொழியாக்கம் செய்யப்பட்டிருப்பது இதுவே முதன்முறை.

அந்த வகையில் ரவியின் இந்த மொழிபெயர்ப்பு தனித்துவமான சிறப்புடையது. தத்துவ நூலை மொழியாக்கம் செய்யும்போது எவ்வளவு கவனமாகவும்

அக்கறையோடும் மொழியாக்கம் செய்ய வேண்டும் என்பதற்கு இது ஒரு உதாரணம். ஆங்கிலத்தில் இந்த நூலை வாசித்திருக்கிறேன். அதில் காணப்படும் தெளிவும், தேர்ந்த வார்த்தைகளும் அது தரும் ஒன்றுக்கு மேற்பட்ட அர்த்தங்களும் தமிழிலும் முழுமையாக சாத்தியமாகியிருக்கிறது. இதற்கு ரவி ஒரு கவிஞராக இருப்பது கூடுதலாக உதவியிருக்க கூடும்.

மொழிபெயர்ப்பில் முக்கிய பிரச்சினை அதை ஒரு வேலையாக செய்யக்கூடாது. மூலப்பிரதியோடு மொழிபெயர்ப்பாளர் கொள்ளும் புரிதலும் நெருக்கமுமே மொழியாக்கத்தை வலிமையாக்கும். நீட்ஷே வாசிப்பதற்கு எளிமையானவரில்லை. அவரது சிந்தனைகளைப் புரிந்து கொள்வதற்கு பலமுறை வாசிப்பதோடு, ஆழ்ந்த தத்துவப் பரிச்சயமும் அவசியமானது. ஹோமரின் இலியட்டை ஆங்கிலத்தில் மொழியாக்கம் செய்வதற்கு முன்பு அதை இரண்டு ஆண்டுகாலம் நாற்பது முறை மறுபடி மறுபடி வாசித்ததாக எடித் கிராஸ்மென் என்ற மொழிபெயர்ப்பாளர் கூறுகிறார். ஸ்பானிய மொழியில் நிலவைக் குறிக்கக் கூடிய லூனா என்ற சொல்லுக்கு நிகராக மூன் என்ற ஆங்கிலச் சொல் இல்லை. மூன் என்று சொல்லும்போது அதற்குள் நகர்வு இல்லை என்று போர்ஹே தன் மொழிபெயர்ப்பாளர்ரிடம் கூறுகிறார். அந்த அளவு சொற்கள் கவனமாக மொழியாக்கம் செய்யப்பட வேண்டிய அவசியமிருக்கிறது.

நம் காலத்தின் முக்கிய சிந்தனையாளர் நீட்ஷே. அவர் மதத்தின் பிடியிலிருந்து மனித மனதை வெளியேற்றுவதையே தனது பிரதான சிந்தனையாகக் கொண்டிருந்தார். தத்துவவாதியான நீட்ஷேயின் பாதிப்பு இலக்கியம், இசை, விஞ்ஞானம், அரசியல் என்று சகல துறைகளிலும் இன்றும் தொடர்ந்து வருகிறது.

ரவி நீட்ஷேயை ஆழ்ந்து கற்றிருக்கிறார். நீட்ஷே பயன்படுத்தும் சொற்கள் வெகு கவித்துவமானவை. அவை ஒரே நேரத்தில் கேலியான தொனியும் பல்வேறு அர்த்த தளங்களும் கொண்டவை. அந்த தீவிரமான தத்துவ செறிவு மிக்க வாக்கிய அமைப்பு தமிழில் அசலாக சாத்தியமாகியிருக்கிறது. இதற்கு ரவி எடுத்துக் கொண்ட அயராத உழைப்பே காரணமாக இருக்கக்கூடும். அவ்வகையில் இது ஒரு முன்னோடி மொழிபெயர்ப்பு என்றே சொல்வேன்.

*1885*ல் ஜெர்மனிய மொழியில் வெளியான Thus Spoke Zarathusira வைத் தத்துவார்த்த நாவல் என்றே குறிப்பிடுகிறார்கள். நான்கு பகுதிகளாக எழுதப்பட்ட இந்நூல் அதிமனிதனான ஜராதுஷ்ட்ராவின் வருகை மற்றும் அவனது எண்ணங்களைப் பற்றி விரிவாகக் கூறுகிறது. பைபிள் எப்படி எழுதப்பட்டிருக்கிறதோ

அது போன்ற கவித்துவ மொழிநடையில் அதன் நேர் எதிராக சிந்தனைகளை நீட்ஷே எழுதியிருக்கிறார்.

நீதிமொழிகள் போன்று பாடல்களாகவும் அதற்கான விளக்கமாகவும் எழுதப்பட்ட இந்த நூல் ஜராதுஷ்ட்ராவின் சொல்லாடல்களாக விரிகின்றன. நல்லது மற்றும் தீயதிற்கு அப்பால் நிற்கும் நற்குணம் கொண்ட அதிமனிதனாக ஜராதுஷ்ட்ரா சித்தரிக்கப்படுகிறான். பல நேரங்களில் ஜராதுஷ்ட்ரா புத்தரைப் போலவே இருக்கிறான். புத்த அறகருத்துக்கள் போன்ற தொனியே அவனிடமும் ஒலிக்கிறது.

மதத்திற்கு எதிரான நீட்ஷேயின் மறுதலிப்பு எளிய மறுப்பு அல்ல. மாறாக, இறுகிப் போன சிந்தனை தளத்தை அவர் தனது சொற்களின் வழியே வன்முறையான பெயர்த்தெடுத்தலை மேற்கொள்கிறார் என்கிறார் விமர்சகர் ப்ளும்.

மனித இருப்பின் ஆதார கேள்விகளுக்கான விடைகளும் புதிய கேள்விகளுமே ஜராதுஷ்ட்ராவால் முன்வைக்கப்படுகின்றன. மக்களை விட்டு ஒதுங்கி இயற்கையோடு தனித்து வாழ்ந்த ஜராதுஷ்டரா மக்களைத் தேடி வந்து அவர்களிடம் தனது ஞானத்தைப் பகிர்ந்து கொள்கிறான். தனது கருத்துகளை ஏற்றுக் கொள்ளும் சீடர்களை அடையாளம் காண்கிறான். உயர்வகை மனிதர்களை உருவாக்குவதே தனது நோக்கம் என்று வெளிப் படுத்துகிறான். அவ்வகையில் ஜராதுஷ்ட்டர் இயேசுவின் எதிர் பிம்பம் போலவே செயல்படுகிறான்.

ஜராதுஷ்ட்ராவை வாசிப்பது ஏகாந்தமான அனுபவம். அது நம்மை அலைகள் உள்ளே இழுப்பது போல தானே இழுத்துச் செல்கின்றன. அலை வெளியே தள்ளுவது போல தானே வெளியே தள்ளவும் செய்கின்றன. ஜராதுஷ்ட்ராவை வாசிப்பது ஒருவன் தன்னைத்தானே உற்று நோக்கிக் கொள்வது போன்றதே. உடலை அவதானிப்பது போல நாம் சிந்தனைகளை உற்று நோக்கி ஆராய்வதோ, அவதானிப்பதோ இல்லை. இந்த தளத்தில் தான் ஜராதுஷ்ட்ரா செயல்படுகிறான்.

ஜராதுஷ்ட்ராவின் துவக்கம் அவன் சூரியனோடு பேசுவதில் ஆரம்பிக்கிறது. மகத்தான விண்மீனே, நீ யாருக்காக ஒளிர்கிறாயோ அவர்கள் இல்லாவிட்டால் உனது மகிழ்ச்சி என்னவாக இருக்கும் என்ற கேள்வியோடு அவனது சொல்லாடல் துவங்குகிறது.

நீட்ஷே இயற்கையை ஆராதிப்பதில்லை. மாறாக இயற்கையின் இயங்குசக்தியை ஆராய்கிறார். அதன் விந்தையை, ஒழுங்கை கண்டு

வியக்கிறார். அதே நேரம் இயற்கையைப் புரிந்து கொள்வதில் மனிதர்கள் காட்டும் அக்கறை மற்றும் சிக்கல்களை விரிவாகப் பேசுகிறார். ஞானத்திலிருந்து கீழ் இறங்கி வருவல், அதைப் பகிர்ந்து கொள்ளுதல் என்பதே ஜராதுஷ்ட்ராவின் பிரதான விருப்பம்.

மனிதக் குரங்கைக் காணும்போது மனிதன் அதை ஏளனமாகப் பார்ப்பதுபோலதான் அதிமனிதன் உருவான பிறகு மனிதர்கள் கேலிப் பொருள் போல ஆகிவிடுவார்கள் என்று தனது பிரசங்கத்தை துவங்குகிறான் ஜரா. கண்களால் கேட்க, கற்றுத்தருவதற்கு முதலில் மனிதர்களின் காதுகளைச் சிதறடிக்க வேண்டும் என்று கூறுகிறான். அதாவது உபயோகமற்ற உபதேசங்களில் நிரம்பிய செவியை அதிலிருந்து விடுவிக்க வேண்டும் என்பதே பொருள்.

மனித இருப்பின் செயல்பாடுகள் மற்றும் அதற்கான மத விளக்கங்கள் ஒவ்வொன்றையும் குறித்து ஜராதுஷ்ட்ரா மறு பரிசீலனை செய்கிறான். தன்னை அறிந்து கொள்வதை நோக்கி மனிதர்கள் முனைப்பு கொள்ள வேண்டும் என்பதே விருப்பம். ஜொராஷ்ட்ரிய மதத்தை நிறுவியவர் ஜராதுஷ்ட்ரா. அந்தப் பெயரை தனது அதிமனிதனுக்கு சூட்டிய நீட்ஷேதான் அதை நீதிநெறியற்றவன் என்ற அர்த்தத்தில் தான் பயன்படுத்துவதாகக் குறிப்பிடுகிறார்.

ஜராதுஷ்ட்ராவின் சில வாக்கியங்கள் நமக்குள் ஆழ்ந்த பாதிப்பை உருவாக்குபவை. மலைகள் எதிரொலிப்பதைப் போல இவை நமக்குள்ளாகவே எதிரொலிப்பு கொள்கின்றன. குழந்தை என்பது களங்கமின்மை. மறந்து விடுதல், ஒரு புதிய ஆரம்பம், ஒரு விளையாட்டு, தானே சுழலும் ஒரு சக்கரம். ஒரு முதல் நகர்வு ஒரு புனித ஏற்றுக்கொள்ளல்.

உறக்கத்தை எதிர்கொள்ளும்போது திருடன்கூட வெட்கப் படுகிறான். உறக்கம் சாதாரணக் கலை அல்ல. அதை நிகழ்த்துவதற்குப் பகலெல்லாம் விழித்திருக்க வேண்டும். உறக்கம் ஒரு கனத்த சுவரின் ஊடாகவும் தொற்றக்கூடியது.

எங்கே தனிமை முடிவடைகிறதோ அங்கே சந்தை ஆரம்பிக்கிறது. எங்கே சந்தை ஆரம்பிக்கிறதோ அங்கே மகத்தான நடிகர்களின் பேரோசையும் விஷப்பூச்சிகளின் ரீங்காரமும் ஆரம்பிக்கிறது.

ஒரு பெண்ணின் காதலில் அவள் காதலிக்காத அனைத்தையும் பற்றி ஒரு நியாயமின்மையும் குருட்டுத்தனமும் இருக்கிறது. ஆணை விட பெண் சிறப்பாக குழந்தைகளைப் புரிந்து கொள்கிறாள். ஆனால்

ஆண் பெண்ணை விட அதிகம் குழந்தைத்தன்மை கொண்டவன். நிஜமான ஆணிடம் ஒரு குழந்தை மறைக்கப்பட்டிருக்கிறது. அது விளையாட விரும்புகிறது. பெண்களே ஆண்களில் மறைந்துள்ள குழந்தையைக் கண்டுபிடியுங்கள்.

மனிதர்களுடன் வாழ்வது சிரமமானது. ஏனென்றால் மௌனமாக இருப்பது மிகவும் கடினமானது.

கடவுளுக்கும் அதன் நரகம் என்று ஒன்று உள்ளது. அது மனிதன் மீது மேல் கடவுளுக்கு உள்ள அன்பு.

ஜராதுஷ்ட்ரா சின்னஞ்சிறு கதைகளைச் சொல்லி விளக்குகிறான். அவை உருவக்கதைகள். அவதூதர்கள் சொல்லும் கதைகளைப் போல அவை நீதிமரபில் உருவானவை அல்ல. மாறாக, விழிப்புணர்வை ஏற்படுத்தவே கதை சொல்கிறான். மனிதனைத் தனக்குள் பறப்பதற்குக் கற்று தருவதே தனது பிரதான பணி என்கிறான்.

ஜராதுஷ்ட்ரா வழியாக நீட்ஷே மனிதர்கள் தங்களுக்குத் தானே விழிப்புணர்வு கொள்ளவும் மதநிறுவனங்களின் ஆளுமையில் இருந்து விடுபட்டு வாழ்வை நேர் கொள்ளவும் அந்தந்த கணங்களில் வாழவும் வழிகாட்டுகிறார். நீட்ஷேயின் சிந்தனைகள் குறித்த விமர்சனங்கள், விவாதங்கள் உலகெங்கும் தொடர்ந்து இன்றும் நடக்கின்றன.

நீட்ஷேயைக் கொண்டாடுகின்றவர்களும் அவரைத் தூஷனை செய்பவர்களும் சம அளவில் பெருகிக்கொண்டுதானிருக்கிறார்கள். என்னை வசீகரிப்பது நீட்ஷேயின் கவித்துவம். தாந்தே போல் நம் காலத்தின் ஆகச்சிறந்த கவிஞர்களில் ஒருவராகவே நீட்ஷேயை வாசிக்கிறேன். இயற்கை குறித்து முன் சொல்லப்பட்ட அத்தனை எண்ணங்களையும் தாண்டிய புதிய தரிசனம் ஒன்றை நீட்ஷே மட்டுமே அறிமுகப்படுத்துகிறார். அது இயற்கையைப் புரிந்து கொள்வதற்கான அகநெருக்கத்தை உருவாக்குகிறது.

‘ஜராதுஷ்ட்ரா’ இவ்வாறு கூறினான். ஒவ்வொருவரும் ஆழ்ந்து வாசிக்கவும் விழிப்புணர்வு கொள்ளவும் வேண்டிய புத்தகம். நீட் ஷேயின் உயர் கவித்துவம் அசலாகத் தமிழில் சாத்தியமாக்கியிருப்பதற்கு மீண்டும் மொழிபெயர்ப்பாளர் ரவியைப் பாராட்டி வாழ்த்த வேண்டியிருக்கிறது.

கவிதை கேட்ட நரி

ஜப்பானிய ஹைக்கூ கவிஞர்களில் மிக முக்கியமானவர் மட்சுவோ பாஷோ. அவரைப்பற்றிய Basho And The Fox என்ற புத்தகத்தைப் படித்தேன். டிம் ஜே.மேயர்ஸ் குழந்தைகளுக்காக எழுதிய சித்திரங்களுடன் உள்ள புத்தகமது.

பாஷோ டோக்கியோ நகரின் புறவெளியில் இயற்கையோடு இணைந்தபடி சிறிய குடிலை அமைத்துக் கொண்டு வாழ்ந்து வந்தவர். பாஷோ என்பதற்கு வாழைமரம் என்று தான் பொருள். அவரது வீட்டின் அருகில் உள்ள ஆற்றங்கரையில் ஒரு செர்ரி மரமிருந்தது. இந்த மரத்தடியில் அமர்ந்தபடியே அதன் பூக்களை ரசிப்பது பாஷோவிற்குப் பிடித்தமான ஒன்று.

அந்த மரத்தில் பழுக்கும் செர்ரிப் பழங்கள் சுவையானவை. ஆனால் மரம் பழுக்கத் துவங்கியதும் அருகாமையில் வசிக்கும் நரி ஒன்று எல்லா செர்ரிப் பழங்களையும் பிடுங்கித் தின்றுவிடுவதை வழக்கமாக வைத்திருந்தது.

அப்படி ஒரு நாள் நரி செர்ரிப் பழங்களைத் தின்ன வருவதைக் கண்ட பாஷோ ஒரு தடியை எடுத்து அந்த நரியை விரட்டினார். நரி அந்தத் தடிக்குப் பயப்படாமல் அவரைப் பார்த்துச் சொன்னது,

'பாஷோ, ஒரு கவிஞராக இருந்து கொண்டு நீங்கள் செய்வது நியாயமில்லை.'

நரி ஏதோ தந்திரம் செய்கிறது என்று புரிந்துகொண்ட பாஷோ அதனிடம் சொன்னார்:

'நீ திருட்டுத்தனமாக செர்ரிப் பழங்களை தின்பது தவறில்லையா?'

அதற்கு அந்த நரி பதில் சொன்னது,

'தவறுதான். ஆனால் செர்ரிப் பழங்களை எனக்குப் பிடித்திருக்கிறது, ஒன்று செய்வோம். நீங்கள் பெரிய கவிஞர்தானே. எனக்குப் பிடித்தமான ஒரு கவிதையைச் சொல்லுங்கள். அது உன்னதமான கவிதையாக இருந்தால் நானோ, எனது நண்பர்களோ இனி ஒருபோதும் உங்கள் செர்ரிப் பழங்களைத் திருடித் தின்ன மாட்டோம். ஒரு வேளை நீங்கள் தோற்றுப்போய்விட்டால் செர்ரி மரத்தில் உங்களுக்கு ஒரு உரிமையும் கிடையாது. அத்தனை பழங்களும் எங்களுக்கே சொந்தம்.'

இதைக்கேட்ட பாஷோ ஆச்சரியமடைந்தார்.

அதே நேரம் ஒரு கவிஞராக அது தன்னைச் சவாலுக்கு அழைக்கிறது. ஒரு நரியை சந்தோஷப்படுத்தக்கூடிய ஒரு கவிதையைத் தன்னால் பாடமுடியாதா என்ன என்று நினைத்துக்கொண்டு அந்த சவாலை தான் ஏற்றுக்கொள்வதாகச் சொன்னார்.

நரி ஏளனமான குரலில் சொன்னது:

'ஒன்றில்லை. மூன்று வாய்ப்புகள் உங்களுக்குத் தருகிறேன். நீங்கள் தேவையான நாட்களை எடுத்துக்கொண்டு மூன்று ஹைக்கூ கவிதைகள் பாடலாம்.'

பாஷோவும் ஒத்துக்கொண்டார். நரிக்காக என்ன கவிதை பாடுவது என்று பாஷோவின் மனம் யோசிக்கத் துவங்கியது. பருவ காலங்களைப் பற்றி பாடுவதில் வல்லவர் பாஷோ. காடு, மலை, ஏரி, குளம் என்று அலைந்து திரிந்தவர். பனிக்காற்றிலும், மழையிலும், வசந்தம் பூத்துக்குலுங்கும் பூக்களின் சமவெளியிலும் சுற்றியவர். அவருக்குக் கவிதை என்பது இயற்கையை அறிந்து கொள்ளும் ஒரு வழி. ஒரு தரிசனம். ஒரு விழிப்புணர்வு. ஒன்றிணைதல்.

குளத்தில் ஒரு கல்லை வீசி எறிந்தால் அது தண்ணீரில் பட்டு தவளைபோல தாவித் தாவிப் போகிறதே, அந்தக் கல் பறக்கும் விந்தை போன்றதுதான் கவிதையும். ஒரு சொல்லை அனுபவப் பரப்பின் மீது பிரயோகிப்பதன் வழியே வேறுவேறு உணர்ச்சி நிலைகளை எழுப்புவது கவிதை.

நரிக்கு என்ன விதமான கவிதைகள் பிடிக்கும், அதற்கு விருப்பமான கவிஞர் யார், இதற்கு முன்பு எந்தக் கவிதைகளை எல்லாம் படித்திருக்கிறது எதுவும் பாஷோவிற்கு தெரியாது.

ஒரே செர்ரிப் பழத்தை சாப்பிட்ட போதும் மனித ரசனையும் நரியின் ரசனையும் ஒன்றுபோல இருக்காதே. நரிக்கு மழை பிடிக்குமா, பனிபிடிக்குமா, இயற்கையின் விநோதம் என்று அது எதை நினைக்கிறது? இப்படி எதுவும் தெரியாது.

தெரிந்து கொண்டு கவிதை பாட வேண்டிய அவசியமும் பாஷோவிற்குக் கிடையாது, அவர் மனது அந்த நரி கவிதை கேட்கிறது என்ற ஆச்சரியத்தினுள் கரைந்து கொண்டிருந்தது.

அப்போதுதான் கவனித்தார். அது ஒரு பெண் நரி. கிமோனா அணிந்து கொண்டு அல்லவா வந்திருக்கிறது. ஆகவே மரபான நரி, ஆண் நரிகள் கவிதைகளை விரும்புவதில்லை. கவிஞரை மதிப்பதுமில்லை. கவிதை விஷயத்தில் பெண்கள்தான் அதிகம் ஆர்வம் கொண்டவர்கள் என்றபடியே அவரது மனம் ஒரு ஹைக்கூ கவிதையைப் புனையத் துவங்கியது.

அவர் எதிரில் இருந்த நரி கவிதையா அல்லது செர்ரிப் பழமா இரண்டில் எது கிடைக்கப்போகிறது என்று தெரியாமல் யோசித்துக் கொண்டிருந்தது. அதே நேரம் உலகமே கொண்டாடும் பாஷோ போன்ற மகத்தான கவியிடம் நேரடியாகக் கவிதை கேட்பது எவ்வளவு பெரிய அதிர்ஷ்டம் என்று உள்ளுக்குள் நினைத்துக்கொண்டது. ஆனால் அந்த வியப்பைக் கண்ணில் காட்டிக்கொள்ளாமல் அது சலனமேயில்லாமல் உட்கார்ந்திருந்தது.

பாஷோ நரிக்காக ஒரு ஹைக்கூ கவிதை சொன்னார். நரி இவ்வளவுதானா என்பது போல அமைதியாக இருந்தது. இந்தக் கவிதை எப்படியிருக்கிறது என்று கேட்கக் கூச்சப்பட்டு பாஷோ அதை அமைதியாகப் பார்த்தபடி இருந்தார்.

நரி 'இந்தக் கவிதையில் சாரமில்லை, அடுத்த முறை சந்திப்போம்' என்று விடைபெற்றுப் போனது.

இரண்டாவது சந்திப்பில் நரியிடம் தனது புகழ்பெற்ற கவிதையைச் சொல்லி அசத்திவிட வேண்டியதுதான் என்று முடிவு செய்தார் பாஷோ. அந்த சந்திப்பின்போது நரியிடம் தனது ஹைக்கூ கவிதையைச் சொன்னார்:

'பழைய குளம்
குதித்தது தவளை
தண்ணீர் சத்தம்'

இதைக்கேட்ட நரி, 'ஓகே... பரவாயில்லாத கவிதை இது' என்று ஒத்துக்கொண்டு, நமட்டுச் சிரிப்புடன் ஆனால் வியப்பூட்டும் கவிதையாக இதை நினைக்கவில்லை என்றது.

பாஷோவிற்கு இன்னும் ஒரு வாய்ப்பு இருக்கிறது. அதில் தோற்றுப் போய்விட்டால் செர்ரிப் பழங்கள் போய்விடும். அத்துடன் நரியிடம் தோற்ற கவிஞன் என்ற அவப்பெயராகிவிடும் என்பதால் மூன்றாவது கவிதையாக எதைச் சொல்வது என்று யோசிக்கத் துவங்கினார்.

அடுத்த சந்திப்பின் முன்பு பருவகாலம் மாறத்துவங்கியது.

மூன்றாவது கவிதையை நரிக்காக அவர் புனைந்திருந்தார்.

இந்த முறை அவர் கவிதை சொல்லத் துவங்கியதும் நரி, அற்புதம் என்றது. கவிதை சொல்லி முடித்தபிறகு 'உன்னதமான கவிதை. நான் தோற்றுப்போய்விட்டேன். இனி உங்கள் செர்ரிப்பழங்களைத் தொடமாட்டேன்' என்று சொன்னது.

அப்படி நரியை மயக்கிய அந்தக் கவிதையில் என்னதானிருந்தது.

வேறு ஒன்றுமேயில்லை. அந்தக் கவிதையில் நரி ஒரு பாத்திரமாகி யிருந்தது. நரியைப் பற்றியதுதான் அக்கவிதை. தன்னைப் பற்றி தான் அறியாத ஒன்றை அடையாளப்படுத்துவதுதான் கவிதையின் வேலை. அதைத்தான் பாஷோவும் செய்திருந்தார்.

கவிதையில் வந்த நரி, கவிதை கேட்ட நரி இரண்டும் ஒன்றில்லை. கவிதையில் வந்த நரி சொற்களால் உருவானது. அதன் இயல்பும் அமைதியும் வேறுவிதமானது. கண்ணாடி உருவத்தைப் பிரதிபலிப்பது போல கவிதை நரியைப் பிரதிபலிக்கிறது. ஆனால் கண்ணாடி போல் புறத்தோற்றத்தை மட்டும் அது பிரதிபலிக்க வில்லை, நரியின் அகத்தை கவிதை சுட்டிக்காட்டுகிறது.

கவிதை சொற்களின் வழியே உலகை மறு உருவாக்கம் செய்கிறது. இங்கே தன்னை அறிதல் என்பது முக்கியமான பணி. உலகை உள்வாங்கிக்கொண்டு அதைத் தனது பார்வையில் வெளிப்படுத்துவது கவிதையின் இயல்பு. பனித்துளியில் மரங்கள் காட்சியாகத் தெரிகின்றன, ஆனால் பனித்துளி உருளும்போது மரங்கள் உருள்வதில்லை.

ஒரு பழத்திற்குள் எத்தனை விதை இருக்கிறது என்று கண்டு பிடிப்பவன் அறிவாளி. ஒரு விதைக்குள் எத்தனை பழங்கள் இருக்கின்றன என்று யோசிப்பவன் கவிஞன்.

நரி கதையின் ஆரம்பத்தில் கவிதை கேட்க காத்திருக்கும்போது ஏதோ தந்திரம் செய்வது போல தோன்றினாலும் தன்னை முதன்மைப்படுத்திய கவிதையை ரசிப்பதன் வழியே அதற்குள் கவித்துவ ஈடுபாடு இருப்பது சுட்டிக்காட்டப்படுகிறது.

இந்த நூல் இளம் சிறுவர்களுக்குக் கவிதை குறித்தும், இயற்கையை கவிதை எப்படி உள்வாங்கிக் கொண்டு பாடுகிறது என்பதை விளக்கவும் எழுதப்பட்டிருக்கிறது, இதில் வரும் அந்தக் கவிதை கேட்கும் நரியின் படிமம் முக்கியமானது.

பௌத்தக் கதை மரபில் நரி ஏமாற்றுத்தனமிக்கதில்லை. அது ஒரு ஞானி. நிறைய நேரங்களில் அது விழிப்புணர்ச்சியின் ஒரு நிலை. ஞானநிலையை எய்திய நரி பற்றிய பௌத்த கதையைப் படித்திருக்கிறேன்.

மகாபாரதத்தில் கூட யாகத்தில் புரண்டு எழுந்து உடலின் ஒரு பக்கம் முழுவதும் தங்கமாகிப்போன ஒரு நரி வருகிறது. அது தன் உடலின் மறுபகுதியைத் தங்கமாக்கும் யாகசாலையைத் தேடி அலைகிறது.

உலகில் அதிகம் வெறுக்கவும் பரிகசிக்கவும் பட்ட விலங்குகளில் ஒன்று நரி. அதை இந்த நூல் விருப்பத்திற்குரிய விலங்காக மாற்றி யிருக்கிறது. அதே நேரம் பாஷோ எவ்வளவு மகத்தான கவி என்பதற்கு அவர் நரிக்குக்கூட கவிதை பாடுகிறார் என்பதை வைத்து அவரது கவிதையின் முக்கியத்துவத்தை இந்நூல் சிறப்பாக அறிமுகப்படுத்துகிறது. இந்த நூலிற்காக ஓகி எஸ் ஹான் வரைந்த ஓவியங்கள் அற்புதமானவை. மரபான ஜப்பானிய ஓவியங்களைப் போல அடர்சிவப்பும் மஞ்சளும் நீலமும் கொண்ட வண்ணத்தால் வரையப்பட்ட இந்த சித்திரங்கள் கற்பனையைத் தூண்டுபவை.

இந்த நூலை வகுப்பறை விளையாட்டாக ஜப்பானியப் பள்ளிகள் நடத்துகின்றன. ஒருவர் நரியாகவும் மற்றவர் கவியாகவும் மாறி கவிதை சொல்கிறார்கள்.

நரிக்குப் பாஷோ பாடிய கவிதை எதுவெனத் தெரிந்துகொள்ள விரும்புகின்றவர்கள் புத்தகத்தை வாங்கிப் படித்துப் பாருங்கள்.

தாயும் மகளும்

தாயும் மகளும் அறியப்பட்ட எழுத்தாளர்களாக இருப்பது அபூர்வம். அப்படி இருந்தாலும் தாய் பல ஆண்டுகாலமாக காத்திருந்த ஒரு இலக்கியப்பரிசை மகள் வென்றுவிடுவது சந்தோஷமும் உள்ளார்ந்த வலியும் தரும் ஒரு நிகழ்வு. இலக்கியத்தின் விசித்திரத்தைப் போலவே இலக்கியவாதிகளின் வாழ்விலும் விசித்திரங்கள் நிறையவே இருக்கின்றன.

மூன்று முறை புக்கர் பரிசிற்கான இறுதிப் பட்டியலில் இடம்பெற்ற இந்திய ஆங்கில எழுத்தாளரான அனிதா தேசாய் அந்த விருதைப் பெறவில்லை. ஆனால் அவளது மகள் கிரண் தேசாய் தனது இரண்டாவது நாவலான The Inheritance of Loss ற்கு புக்கர் பரிசை வென்றுவிட்டார். ஆனாலும் என்றாவது தானும் அந்த விருதை வெல்வேன் என்ற கனவோடு காத்திருக்கிறார் 75 வயதான அனிதா தேசாய்.

ஆங்கிலத்தில் எழுதும் இந்திய எழுத்தாளர்களில் பெரும் பான்மையினர் மேல்தட்டு இந்திய சமூக வாழ்க்கையைத் தான் கதைக்களமாகக் கொண்டிருக்கிறார்கள். முக்கியக் காரணம், அவர்கள் அதிலிருந்து உருவானவர்கள். விதிவிலக் கானவர்களும் கூட மேற்கத்திய வாசகர்களைக் கவனத்தில் கொண்டு அவியலான ஒரு இந்திய சமூக வாழ்க்கையை எழுதிப் போயிருக்கிறார்கள்.

சுவாரஸ்யம்தான் இவர்கள் எழுத்தின் ஒரே பலம். பகடி செய்வதில் ஆங்கில இந்திய நாவல்களுக்கு என்று தனி பாணியிருக்கிறது. அதில் ஒருவர் ஆர்.கே.நாராயணன்.

இன்னொரு வகை எழுத்திருக்கிறது. அது தத்துவார்த்தமாக வாழ்க்கையை ஆராய்வது. மெய்தேடல், இந்திய ஞானம் மற்றும் துறவு வாழ்க்கை, ஞானமரபின் நவீன அடையாளங்களைக் காணுவது என்று நாவலின் ஊடே மேலோட்டமான தளத்தில் தனது அறிவுத் திறனை வெளிக்காட்டுவது.

மூன்றாவது வகை, தனது வேர்களைத் தேடுவது. தனது பூர்வீகம் குறித்தோ முன்னோர்கள் எங்கிருந்து வந்தார்கள், எங்கே போனார்கள், என்னவானார்கள் என்று அடையாளத்தைத் தேடும் சுயசரிதை தன்மை கொண்ட எழுத்துகள்.

நான்காவது வகை, சமகால இந்திய சமூக, அரசியல், பன்னாட்டு கலாச்சாரச் சூழலை ஊடுபாவாகக் கொண்டு தனிமனித எத்தனிப்புகள், காதல், கல்யாணம், மணமுறிவு, ஐடி கம்பெனி வேலை, சுற்றுப்புறச் சூழல் விழிப்புணர்வு, மாற்று அரசியல், இந்திய புராணீகத்தின் மறுவாசிப்பு என்று கலந்து கட்டி அடிக்கும் ஜனரஞ்சக எழுத்து. இதன் ஒரு பிரதிநிதியே சேதன் பகத். சுவாரஸ்யமான கதை சொல்லுதலும், தெறிக்கும் கேலியும் மட்டுமே அவரது எழுத்தில் இருக்கின்றன. பெரும்பாலும் இந்தி நடிகர்களை மனதில் வைத்துக் கொண்டு ஹிந்தி சினிமாவிற்கு ஏற்ற கதாபாத்திரங்களையே தனது நாவலில் எழுதுகிறார். சேத்தன் பகத்தின் மனைவி தமிழ்ப்பெண் என்பதால் நாவல்களில் மயிலாப்பூர் கலாச்சாரத்தைக் கேலி செய்வதை சேர்த்துக்கொள்கிறார். ஐ.ஐ.எம். மில் இருந்து வெளிவந்து நாவலாசிரியர் ஆனவர் என்பதால் பல ஐஐஎம்.கள் வேலையை உதறி நாவலாசிரியர்களாகி இந்திய ஆங்கில இலக்கிய உலகினை நாறடித்துக் கொண்டிருக்கிறார்கள். நல்லவேளை, தமிழ் வாசகர்கள் ஆங்கில இந்திய நாவல்களை அதிகம் வாசிப்பதில்லை.

ஆங்கில நாவல்களுக்கு விமர்சனம் எழுதுகின்றவர்களின் பாசாங்கும் பொய்யான அறிவுஜீவி தோற்றமும் மிகுந்த எரிச்ச லூட்டக்கூடியது. தான் கற்றுக்கொண்ட சகல இலக்கிய சொற்களையும், அரசியல் மற்றும் கருத்துயியல் சார்ந்த பிரயோகங் களையும் கலந்து கட்டி விமர்சனம் எழுதி எந்த ஒரு குப்பையான நாவலையும் உலகத்தரமானது என்பது போலக் காட்டிவிடுவார்கள். கடந்த பத்து வருடத்தில் ஆங்கில இந்திய நாவல் பற்றி ஒரு நல்ல விமர்சனக் கட்டுரையைக்கூட ஆங்கிலத்தில் நான் வாசித்ததே யில்லை. அத்தனையும் சுயபுகழ்ச்சிகள், துதிபாடுதல்கள் அல்லது வெறுப்பைக் கக்குபவை.

விமர்சனம் எழுதித் தருவதை தொழில்முறையாகக் கொண்ட வர்கள் வேறு பெருகிவிட்டார்கள். அவர்களுக்குப் பணம் மற்றும்

குடியிருந்து தாராளமாகக் கொடுத்தால் நாவலைப் பாராட்டி தங்களுக்குத் தொடர்பில் உள்ள இதழ்களில் அரைப்பக்க விமர்சனம் எழுதுவார்கள், பெரும்பான்மை ஞாயிறு இணைப்பு இலக்கியக் கட்டுரைகளின் தரம் இவ்வளவே.

அனிதா தேசாய் இதிலிருந்து சற்று மாறுபட்டவர். இந்தியாவை விட்டு ஒதுங்கி அமெரிக்காவில் வாழ்பவர். இந்தியாவில் என் எழுத்திற்கான சரியான அங்கீகாரம் கிடைக்கவில்லை. என்னைக் குறைவாகவே வாசித்திருக்கிறார்கள் என்று வெளிப்படையாகக் கூறுகிறார். அவரது எழுத்து உயர்தட்டு மக்களின் அன்றாட வாழ்வைப் பேசியபோதும் நுட்பமாகப் புனைவின் சாத்தியங்களை எழுத்தில் உருவாக்கிக் காட்டியிருக்கின்றன.

இவரது மலைமேல் நெருப்பு நாவலைத் தமிழாக்கம் செய்திருப்பவர் அசோகமித்திரன். இந்த நாவல் சாகித்ய அகாதமி விருது பெற்றது. ஆங்கில இந்திய நாவல்களில் முற்றிலும் மாறுபட்ட ஒன்று.

அனிதா தேசாய் பற்றி தமிழில் அதிகம் எழுதப்படவில்லை. சா.தேவதாஸ் ஒரு கட்டுரை எழுதியிருக்கிறார். கிரண் தேசாய் விருது பெற்றபோது அதை ஊடகங்கள் கொண்டாடி மகிழ்ந்தன. ஆனால் அவளது நாவலை விட பன்மடங்கு சிறப்பானது அனிதா தேசாயின் நாவல்கள். அவற்றை இன்றைய தலைமுறை கவனம் கொள்ளவேயில்லை.

அனிதா தேசாயிடம் இருப்பது ஒரிஜினலான கதை சொல்லும் தன்மை. சுயமான தேடல். கிரண்தேசாயிடம் இருப்பது இரவல் சரக்கு. அவர் கதையைச் செய்கிறார். இந்தியாவைப்பற்றி எழுதும் போது என்னவெல்லாம் கதைக்குள் போட வேண்டும் என்ற பட்டியலைத் தயார் செய்து கொண்டு கதையை உருவாக்குகிறார்.

அனிதா தேசாயிடம் இருந்த நிசப்தமும் உள்ளார்ந்த தனிமையின் விகசிப்பும் கவித்துவமும் புனைவின் வழியே தன்னை வெளிப்படுத்திக் கொள்ள முயன்ற தவிப்பும் அவரிடமில்லை.

தாயும் மகளும் தங்களது படைப்புகளைப் பற்றி விவாதித்துக் கொள்வதேயில்லை என்று ஒரு நேர்காணலில் கிரண் தேசாய் குறிப்பிடுகிறார்.

சிறுவயதில் அம்மாவிற்கு என்று தனியே ஒரு அக உலகம் இருந்தது என்று தனக்குத் தெரியும். ஆனால் அந்த எழுத்தின் வலிமை எனக்குத் தெரியாது. அம்மா தனது படைப்புகள் குறித்து வீட்டில் விவாதிப்பதில்லை. அதைத் தனது ரகசியமாக

தனக்குள்ளாகவே வைத்துக்கொண்டிருந்தார். நானும் ஒரு நாவலை எழுதும்போது அதைப்பற்றி அம்மாவிடம் விவாதிப்பதில்லை. அம்மா எனது நாவல்கள் பற்றி கருத்துச் சொல்வதுமில்லை என்றும் அந்த நேர் காணலில் கிரண் தேசாய் சொல்கிறார்.

அனிதா தேசாய் நுட்பமான வாசகரும் கூட அவருக்குத் தனது மகளின் எழுத்து எப்படிப்பட்டது என்று நன்றாகத் தெரிந்திருக்கும் தானே. இதுதான் நெருக்கடியின் உச்சகட்டம். பதில் சொல்லாமல் தனக்குள்ளாகவே ஒடுங்கிக்கொண்டுவிட்டார் அனிதா தேசாய்.

அனிதா தேசாயின் நாவல் Journey to Ithaca மாறுபட்ட ஒரு நாவல். பாண்டிச்சேரி அரவிந்தர் ஆசிரமும் அன்னையின் வாழ்வும் இதன் கதைக்களத்தில் ஒன்றாக உள்ளது. இதாகா நகரத்தைத் தேடி வருபவர்களுக்கு அந்நகரம் எதையும் தருவதில்லை. தொலை தூரங்களில் இருந்து அந்த நகரத்திற்குப் பயணம் செய்து வரும் பயண அனுபவமே நகரம் தரும் மிகப்பெரிய பரிசு என்பார்கள். அந்த மனநிலையைப் பிரதானமாகக் கொண்டு அனிதா தேசாய் நாவலை எழுதியிருக்கிறார்.

எனக்கு இந்தியப் பெண் எழுத்தாளர்களில் மிகவும் பிடித்தவர் நால்வர். ஒன்று குர்அதுல் ஐன் ஹைதர் (Qurratulain Hyder), உருது மொழி நாவல் எழுதியவர். இவரது புகழ்பெற்ற நாவல் அக்னிநதி. மற்றவர் இஸ்மத் சுக்தாய் (Ismat Chughtai), இவரது சிறுகதைகள் அற்புதமானவை. இவரும் உருது நாவலாசிரியரே. மகேஸ்வதா தேவி (Mahasweta Devi) வங்காள நாவலாசிரியர். இவரது நாவல்கள் மற்றும் ஆதிவாசிகளுக்கான போராட்டச் செயல்பாடுகள் முக்கியமானவை. மற்றவர் கமலா தாஸ், மாதவிக்குட்டி என்ற பெயரில் கதைகள் எழுதியவர். கேரளாவைச் சேர்ந்தவர். முக்கிய கவிஞர் மற்றும் சிறுகதையாசிரியர். இந்த நால்வருமே அசலான மொழியையும் தனக்கான தனி அகவுலகையும் வெளிப்பாட்டுத் திறனையும் கொண்ருந்தவர்கள். முன்னோடி சாதனையாளர்கள்.

ஒளிரும் நியான் விளக்குகளின் பகட்டான வெளிச்சத்தில் நட்சத் திரங்கள் கண்டுகொள்ளாமல் போய்விடும் காலகட்டத்தில் நாம் வாழ்ந்து கொண்டிருக்கிறோம். ஆகவே அசலான படைப்புகள் கண்டு கொள்ளப்படாமலேதான் போகும். ஆனால் எங்கோ ஒரு மூலையில் எவரோ ஒருவர் இந்த நட்சத்திரத்தைப் பார்த்து வியந்தபடியேதானிருப்பார் என்ற உண்மைதான் பலரையும் தொடர்ந்து எழுத வைத்துக் கொண்டிருக்கிறது.

அறியப்படாத தீவு

ஜோஸே ஸரமாகோ, (Jose Saramago) நோபல் பரிசு பெற்ற போர்த்துக்கீசிய எழுத்தாளர். இவரது அறியப்படாத தீவின் கதை மிகச் சிறிய நாவல். 55 பக்கங்களே உள்ளது, கவிஞர் ஆனந்த் மொழியாக்கத்தில் வெளியான இந்தப் புத்தகத்தை காலச்சுவடு பதிப்பகம் வெளியிட்டுள்ளது.

ஸரமாகோவின் எழுத்து தனித்துவமானது. முற்றுப் புள்ளியில்லாத நீண்ட வாக்கியங்கள். உரையாடல்களில் யார் யாரோடு பேசுகிறார்கள் என்று அறிந்துகொள்ள முடியாத ஊடுபாவும் முறை. வியப்பூட்டும் சம்பவங்கள், மாய நிகழ்வுகள், கவித்துவமான விவரணைகள் என்று வாசகனை எழுத்தாளனுக்கு நிகராக வேலை செய்ய வைப்பவர் ஸரமாகோ. வெறுமனே கதையை வாசித்துவிட்டு சிலாகித் துப் போகின்றவர்களால் அவரை வாசிக்க முடியாது. மார்க்வெஸைப் போல கதை சொல்லும் முறையில் ஸரமா கோவின் பாணி முற்றிலும் புதியது.

இந்த நாவலில் அறியப்படாத தீவு ஒன்றிற்குப் புறப்பட விரும்பும் ஒருவன் மன்னரைச் சந்தித்து தனக்காகப் படகு ஒன்றைக் கேட்கிறான். அறியப்படாத தீவு என எதுவுமில்லை. யாவும் அடையாளம் காணப்பட்டுவிட்டன என்று மன்னர் மறுக்கிறார். அவனோ இதுவரை அறியப்பட்ட தீவுகள் யாவுமே ஒருகாலத்தில் அறியப்படாத தீவுகள் தானே என்பதால் தானும் ஒரு அறியப்படாத தீவைக் கண்டறியப் போவதாகச் சொல்லிப் படகைக் கேட்கிறான். அவனது வேண்டுகோளிற்கு மக்களின்

ஆதரவும் இருக்கவே, மன்னர் ஒரு படகை அவனுக்கு அளிக்கும்படி கட்டளையிடுகிறார்.

படகு கிடைப்பதற்கு உதவி செய்த அரண்மனை பணிப்பெண் தானும் அங்கிருந்து வெளியேறி அறியப்படாத தீவை நோக்கிப் பயணம் செய்ய விரும்புகிறாள். அவர்கள் ஒரு படகுத் துறையை அடைகிறார்கள். அங்கே ஒரு படகைத் தேர்வு செய்கிறார்கள். அது ஒரு பாய்மரப்படகு. அது நீண்டகாலமாக சுத்தம் செய்யப் படாமல் பறவைகள் அடையும் கூடாக உள்ளது. அதைப் பயன்படுத்தி பயணம் போவது என்று முடிவு செய்கிறார்கள்.

பயணத்திற்கு மாலுமிகள் வேண்டுமே என்று அவன் பலரையும் அழைக்கிறான். எவரும் அவனோடு பயணம் செய்ய விரும்பவில்லை. இதற்கிடையில் அந்தப் பெண்ணும் ஆணும் தங்களுக்கான படகில் தங்கியபடியே ஒருவரையொருவர் அறிந்து கொள்ளத் துவங்குகிறார்கள். அந்தப் பெண் தானே ஒரு அறியப்படாத தீவு என்பதை அவனுக்கு உணர்த்துகிறாள். அவனும் அறியப்படாத தீவாகத்தான் ஒவ்வொரு மனிதனும் இருக்கிறார்கள் என்பதை அறிந்து கொள்கிறான். அவர்களின் கனவில் வழியே அறியப்படாத உலகொன்று அவர்கள் முன்பாக விரிகிறது. கடைசியில் தங்களின் பாய்மரக்கப்பலுக்கு அறியப்படாத தீவு என்று பெயர் சூட்டி அவர்கள் பயணம் கிளம்புவதோடு நாவல் நிறைவு பெறுகிறது.

ஸரமாகோவைத் தமிழில் மொழியாக்கம் செய்வது மிகவும் சிரமமானது. காரணம், அதன் இடை வெட்டிச் செல்லும் நடை, மற்றும் முடிவில்லாத நீண்ட வாக்கியங்கள். அதன் சங்கேத குறியீடுகள். மற்றும் உருவகத்தன்மை. இத்தோடு உள்ளார்ந்த பகடியும் இருப்பதால் அதைத் தமிழில் மொழியாக்கம் செய்யும் போது நிறைய சவால்களை சந்திக்க வேண்டியது வரும்.

இந்த நாவலை கவிஞர் ஆனந்த் மிகுந்த முயற்சி செய்து செம்மையாக மொழியாக்கம் செய்திருக்கிறார். அது ஸரமாகோவின் நடையை ஒத்தேயிருக்கிறது. ஆனால் ஆங்கிலத்தில் படிக்கும்போது உணர முடிந்த கேலி தமிழில் சாத்தியப்படவில்லை. Door for petitions என்பதை விண்ணப்பங்களுக்கான கதவு என்று மொழியாக்கம் செய்திருப்பது சற்று நெருடலாக உள்ளது.

இந்த நாவலின் துவக்கத்தில் ஸரமாகோ குறித்து சிறப்பான அறிமுகக் கட்டுரை ஒன்றினை எழுத்தாளர் பா. வெங்கடேசன் எழுதியிருக்கிறார். அது அவரைப்பற்றிய மிகத் துல்லியமான மதிப்பீடாகும்.

ஸரமாகோவின் கதை சொல்லும் முறையில் நடப்பதைச் சொல் வதைப் போலவே நடக்காததையும் சொல்வதும் இயல்பாக உள்ளது, கதை ஒரு தளத்திலும், அதைச் சொல்லும் எழுத்தாளரின் குரல் இன்னொரு தளத்திலும் தனித்து இயங்குகிறது. கதையின் போக்கினை எழுத்தாளர் ஒரு மௌனசாட்சியைப் போலவே அவதானிக்கிறார். சில வேளைகளில் கதையின் போக்கு குறித்த தனது விமர்சனங்களை, மாற்று சிந்தனைகளைப் பகிர்ந்து கொள்கிறார்.

அறியப்படாத தீவு என்ற ஒரு படிமத்தை மையமாகக் கொண்டு நாவலைக் கட்டியிருக்கிறார் ஸரமாகோ. அவரது நாவல்கள் யாவுமே இதுபோல ஒரு மையப்படிமத்தைக் கொண்டிருக்கின்றன, பார்வையின்மை நாவலில் எல்லோருக்கும் பார்வை போய்விடுவது, கல் தெப்பம் நாவலில் நகரின் நடுவே ஒரு கோடு போல விரிவு தென்படத் துவங்கி நகரம் இரண்டாகப் பிளந்து மிதக்க துவங்குவது என்று அவரது மையப்படிமங்கள் வலிமையானவை.

அறியப்படாத தீவின் கதை அரேபியக் கதை சொல்லும் முறையின் தொடர்ச்சி போலவே இருக்கிறது. சிந்துபாத்தையும் கதை சொல்லும் ஷெகரஷாத்தையும் இதன் ஆண் — பெண்ணாகக் கொள்ளலாம், அவர்கள் இருவரும் இணைந்து கதையை முன்னெடுத்துப் போகிறார்கள் என்று வாசிக்கையில் புதிய அனுபவம் கிடைக்கிறது.

இன்னொரு பக்கம் வேதாகம மரபுப்படி ஆணும் பெண்ணும் அறியப்படாத தீவுகளே. அவர்கள் அறிவுக்கனியைப் புசித்த பிறகே ஒருவரையொருவர் அறியத் துவங்குகிறார்கள். அவ்வகையில் இது பைபிள் மரபிலிருந்து ஒரு கண்ணியை எடுத்துக்கொண்டு புத்துருவாக் கம் செய்துள்ள நாவல் போலவுமிருக்கிறது.

மன்னர், படகு, படகுத்துறை, தீவுகளை நோக்கிய பயணம் என்பது போர்த்துக்கீசிய வரலாற்றின் முக்கிய நிகழ்வுகளோடு சம்பந்தப்பட்டது. லிஸ்பனில் இருந்துதான் வாஸ்கோடகாமா உள்ளிட்ட பல கடலோடிகள் உலகை வென்று வர கப்பலில் பயணம் துவங்கினார்கள், ஆகவே போர்த்துகீசியர்களின் கடலோடி வாழ்வின் கதை போலவும் இதை நாம் வாசிக்க முடியும்.

இதே நாவலுக்கு ஒரு தத்துவார்த்த தளமும் இருக்கிறது. அது வாழ்க்கைதான் அவன் விரும்பும் படகு. அதை எங்கே செலுத்தப் போகிறான் என்று அவனுக்குத் தெரியாது. ஆனால் அவன் ஒரு பெண்ணோடு இணைந்து வாழத் துவங்கி தனது வாழ்வின் அறியப் படாத உண்மைகளை அறிந்து கொள்கிறான். கனவுகள்தான் வாழ்வின் ஊற்றுக்கண்ணாக இருக்கின்றன...

ஸரமாகோவின் நாவலில் உரையாடல்கள் விவரணைக்குள்ளாகவே ஊடு கலந்திருக்கின்றன. ஆகவே சொல்லும் குரலை வாசகனே கண்டறிய வேண்டியிருக்கிறது. ஒரு வகையில் வாசகன் தானே ஒரு கதை சொல்லியாக உருமாறியே கதையைக் கண்டடைய வேண்டி யுள்ளது.

யாருமில்லாத பிரதேசத்தில்
என்ன நடந்து கொண்டிருக்கிறது?
எல்லாம்.

என நகுலன் கவிதையொன்றிருக்கிறது. இக்கவிதை சுட்டிக்காட்டும் யாரும் இல்லாத பிரதேசம் என்பது சொல்லில் உருவான வெளி. சொல் வழியாகவே ஒரு அனுபவம் நமக்குக் கிட்டிவிடுகிறது. அதைத் தான் ஸரமாகோவின் நாவலும் உணர்த்துகிறது.

நாவலில் வரும் ஆண் ஒரு படகைப் பெற்று அதன் வழியாக மனிதர்கள் காலடி படாத ஒரு தீவைக் காணக் கிளம்புகிறான், அவனை வழிநடத்துவது அவனது ஆசை. ஆனால் பணிப் பெண்ணிற்கோ அவள் ஒரு விடுதலையை, நெருக்கடியில் இருந்து மீளும் மனநிலையை அடைவதற்கே அவனோடு பயணம் செய்ய விரும்புகிறாள். அவளுக்குத் தீவு குறித்து அதிகக் கற்பனைகள் இல்லை. ஆனால் படகை எப்படி வைத்துக்கொள்வது, பராமரிப்பது என்பது தான் அவளது கவலை. இந்தப் படகுதான் இதுவரையான நமது குடும்ப அமைப்பு என்பதை வாசகரால் நன்றாகவே உணர முடிகிறது.

ஒன்றை விரும்புவதுதான் அதைச் சொந்தம் கொண்டாடுவதற்கான சிறந்த முறை என்று அவனும் சொந்தம் கொண்டாடுவதுதான் விரும்புவதன் மிக மோசமான வழி என அந்தப் பெண்ணும் நாவலின் ஒரு இடத்தில் கூறுகிறார்கள். அதுதான் நாவலின் முக்கியப் புள்ளி.

அதுபோல அவர்களின் கனவில் கப்பல் நோவாவின் படகைப் போல மிருகங்களைக் கொண்டதாக உருமாறிவிடுகிறது. அந்தப் படிமம் மீட்சியின் அடையாளம் போலவே இருக்கிறது.

இப்படி ஸரமாகோ பைபிள் கதைகளில் ஒன்றைப் போன்ற சாயல் கொண்ட ஒரு கதையை முற்றிலும் புதியதொரு அனுபவப் பகிர்விற்கு உருமாற்றியிருப்பதே இந்த நாவலின் மிகப்பெரிய சாதனை.

குட்டி இளவரசன் பூக்களோடு பேசுகிறான்

இந்த நூற்றாண்டின் சிறந்த நாவல்களில் ஒன்றான குட்டி இளவரசன் இதுவரை 173 மொழிகளில் வெளியாகி 80 மில்லியன் பிரதிகள் விற்பனையாகி உள்ளது. 1943ல் வெளியான இந்த நாவல் தமிழில் 1981 ஆண்டு 'க்ரியா' பதிப்பக வெளியீடாக வந்துள்ளது. மிக சிறப்பாக இந்த நாவலை பிரெஞ்சிலிருந்து மொழிபெயர்த்தவர்கள் மதன கல்யாணி மற்றும் வெ. ஸ்ரீராம்.

அந்த்வான் து செந்த் எக்சுபெரி (Antoine de Saint-Exupery) பிரெஞ்சு எழுத்தாளர். இவர் விமான ஓட்டியாக ராணுவத்தில் பணியாற்றியவர்.

இவர் ஒருமுறை விமானக் கோளாறு காரணமாக சகரா பாலைவனத்தில் அடையாளம் தெரியாத இடம் ஒன்றில் தரை யிறங்கினார். அங்கே மனிதர்கள் யாருமேயில்லை. கண்ணுக்கு எட்டிய வரை மணல். இயற்கையின் விநோதம் விரிந்து கிடந்தது. ஒரு நபர் ஓட்டும் விமானம் என்பதால் துணைக்கும் யாருமில்லை.

பகலிரவாக எங்கே போவது என்று தெரியாமல் ஆகாசத்தையும் காற்றையும் மணலையும் பார்த்தபடியே கிடந்தார். அந்த நாட்களில் அவர் மனது அடைந்த திகைப்பு, பரவசம், பயம், கற்பனை அவருக்குள் ஆழமான மாற்றத்தை உருவாக்கியது.

1923 ஆம் ஆண்டு ராணுவத்தை விட்டு வெளியே வந்த பிறகு எழுதுவதில் ஆர்வமாகி தனது முதல் புத்தகத்தை

1925ஆம் ஆண்டு வெளியிட்டார். 1944 ஆம் ஆண்டு கார்ஸிகாவில் போர்கோ என்ற இடத்திலிருந்து விமானத்தில் சென்றபோது அவரது விமானம் ஆகாசத்தில் திடீரென தொடர்பிலிருந்து மறைந்துபோனது. தனது கதையில் வரும் குட்டி இளவரசனைப் போல எக்சுபெரி வாழ்வும் என்ன ஆனது என்று தெரியாத மர்மமாகவே முடிந்து போனது.

இன்று வரை அவரது மரணம் உறுதி செய்யப்படவில்லை. அவர் சென்ற விமானம் விபத்துக்குள்ளாகி அதன் துண்டுகள் சமீபத்தில் கண்டெடுக்கப்பட்டன. ஆனால் எக்சுபெரி என்னவானார் என்பது துல்லியமாக அறிய முடியவில்லை.

இவரது இலக்கியச் சேவையை சிறப்பிக்கும் விதமாக பிரெஞ்சு தேசம் ஐம்பது பிராங்க் நோட்டில் அவரது கதையில் வரும் குட்டி இளவரசன் மற்றும் யானையை விழுங்கிய மலைப்பாம்பு ஆகிய படங்களை வெளியிட்டுள்ளது.

எது குட்டி இளவரசனைத் திரும்பத் திரும்பப் படிக்க வைக்கிறது.

குழந்தைகள் புத்தகம் என்று பொது அடையாளம் சூட்டப்பட்ட போதும் எக்சுபெரியின் நாவல் வாழ்வின் ஆழமான உண்மைகளை எடுத்துச் சொல்கிறது. குட்டி இளவரசன் கேட்கும் கேள்விகள் தத்துவார்த்தமானவை. வாழ்வின் புதிர்தன்மையையும் அபத்தத்தையும் விவரிப்பவை. உலகை எந்த மனத்தடையும் அற்று நெருங்கச் சொல் பவை.

சுயசரிதை தன்மையுடன் துவங்குகிறது நாவல். எனக்கு ஆறு வயதானபோது ஒரு அற்புதமான படத்தைக் கண்டேன். அது ஒரு காட்டுவிலங்கை மலைப்பாம்பு ஒன்று விழுங்கிக்கொண்டிருப்பதைக் காட்டியது. அந்தப் படத்தைக் கண்டதும் அதுபோல ஒன்று வரையலாமே என்று நானும் ஒரு சித்திரம் தீட்டினேன். என்னுடைய படத்தைப் பெரியவர்களிடம் காட்டியபோது அவர்கள் ஒருவருக்கும் புரியவில்லை. அப்போதுதான் எனக்கு ஒரு உண்மை புரிந்தது.

பெரியவர்கள் ஒருபோதும் எதையும் தாங்களாகவே புரிந்து கொள்வதில்லை. எப்போதும் ஓயாமல் விளக்கங்களைத் தருவது குழந்தைகளுக்குச் சலிப்பு தருவதாக இருக்கிறது என்று ஆரம்பிக்கிறது நாவல்.

விமான ஓட்டியாக உள்ள கதைசொல்லி ஆறு வருடங்களுக்கு முன்பு விமானம் பழுதடைந்து ஒரு பாலைவனத்தில் விமானத்தை இறக்குகிறான். அங்கே துணைக்கு யாருமேயில்லை. வாழ்வா —

சாவா என்ற பிரச்சினையில் தனியே தடுமாறுகிறான். தற்செயலாக விடியலின் போது ஒரு சின்னக் குரல் அவனை அழைக்கிறது. அது குட்டி இளவரசனின் குரல். அழகான சிறுவயது தோற்றம்.

அவன் தனக்கு ஒரு ஆட்டுக்குட்டியை வரைந்து தரும்படியாகக் கேட்கிறான். சின்னப் பையனாக இருக்கிறான். இங்கே எப்படி வந்தான் என்று புரியாமல் அவன் கேட்டபடியே ஒரு ஆட்டுக் குட்டியின் படம் வரைந்து தருகிறான் விமானி. அந்த சிறுவன் வேறு ஒரு கிரகத்திலிருந்து வந்திருப்பதை அறிந்து அவனிடம் விசாரிக்கிறான். சிறுவன் தான் எங்கிருந்து வந்தேன் என்பதைச் சொல்ல துவங்குகிறான்.

அந்தச் சிறுவனின் கிரகம் ஒரு வீட்டினைக் காட்டிலும் சற்றே பெரியது. அவன் தன்னுடைய கிரகத்தில் ஒரே நாளில் நாற்பத்து மூன்று முறை சூரியன் மறைவதைப் பார்த்ததாகச் சொல்லியபடியே ஆழ்ந்த தூக்கத்தில் இருக்கும்போது சூரிய அஸ்தமனங்கள் மனத்துக்கு பிடித்திருக்கிறது என்று சொல்கிறான்.

குட்டி இளவரசன் பூக்களோடு பேசுகிறான். சித்திரத்தில் உள்ள ஆடு என்ன சாப்பிடும் என்று கவலை கொள்கிறான். மலருக்கு ஏன் முள் தேவைப்படுகிறது என்று சிந்திக்கிறான். தனி ஒருவனாக கிரகத்தில் அவன் வாழ்வதால் அந்தக் கிரகத்தை சுத்தம் செய்வது முதல் சகல வேலைகளையும் அவன் ஒருவனே செய்கிறான்.

ஒரு வேலையைத் தேடிக்கொள்ளவும் அறிவை வளர்த்துக் கொள்ளவும் தன்னைச் சுற்றிய சிறு கிரகங்களை நோக்கி அவன் பயணம் செய்யத் துவங்கினான்.

முதல் கிரகத்தில் ஒரு அரசன் வாழ்ந்து வந்தான். அவன் குட்டி இளவரசனைக் கண்டதும் ஆகா, இதோ ஒரு குடிமகன் என்று உற்சாகமாக வரவேற்று தன் அதிகாரத்தைக் காட்டத் துவங்குகிறான். இன்னொரு கிரகத்தில் ஒரு தற்பெருமைக்காரனைச் சந்திக்கிறான். அடுத்த கிரகத்தில் ஒரு குடிகாரன். மற்ற கிரகத்தில் ஒரு பிசினெஸ் மேன். ஆறாவது கிரகத்தில் ஒரு வயதான எழுத்தாளர். இப்படி அவன் சந்தித்த மனிதர்கள் யாவரும் அவனைத் தனது வேலையாள் போல அபத்தமாகவே நடத்துகிறார்கள்.

ஏழாவதாக அவன் பூமிக்கு வருகிறான். அங்கே ஒரு பாம்பைச் சந்திக்கிறான். அது அவனோடு பேசுகிறது. மனிதர்கள் எங்கேயிருக்கிறார்கள் என்று குட்டி இளவரசன் கேட்ட போது பாம்பு, மனிதர்கள் தங்களது இருப்பிடத்திலும் தனியாகவே இருக்கிறார்கள் என்று சொல்கிறது. வழியில் ஒரு மலரைச் சந்தித்து

அதன் சுகதுக்கங்களைக் கேட்கிறான். வழியில் ஒரு நரியை சந்திக்கிறான்.

நரி, அவனிடம் சொல்கிறது. இதயத்திற்கும் பார்வை உண்டு. அது கண்களுக்குத் தென்படாததைப் பார்க்க முடியும் என்கிறது.

அதனால் நரியோடு நட்பு கொள்கிறான். அதன் பிறகு விமான ஒட்டியை சந்தித்து அவனுடன் பழகி நட்பாகிறான். தனது தனிமையை விமான ஓட்டி குட்டி இளவரசனோடு கழிக்கிறான்.

குட்டி இளவரசன் வானில் உள்ள நட்சத்திரங்கள் வெறும் ஒளி அல்ல. அவை கண்ணுக்குத் தெரியாத சிரிப்பு. அதை நீ உணர வேண்டும் என்று கற்றுத் தந்துவிட்டுப் பிரிந்து போய்விடுகிறான். உயிர் தப்பி சொந்த ஊர் வந்த விமானி தன் வாழ்வில் நடந்த மறக்க முடியாத சம்பவத்தையும் அந்தக் குட்டி இளவரனையும் அவன் உலகின் மீது கொண்டுள்ள பற்றையும் நினைவில் கொண்டபடி அவன் மறுமுறை வரக்கூடும் என்று ஏக்கத்துடன் காத்திருப்பதோடு முடிகிறது.

அதிக திருப்பங்கள். கதாபாத்திரங்கள் கிடையாது. குட்டி இள வரசன் பல நேரங்களில் ஒரு தீர்க்கதரிசியைப் போல் நடந்துகொள்கிறான். ஒரு மலரைப் பாதுக்காப்பாகக் காப்பாற்றத் தெரியாத மனிதர்கள் எப்படி பூமியைக் காப்பாற்றுவார்கள் என்று கேட்கிறான்.

அதுபோலவே ஆயிரக்கணக்கான ரோஜா வளர்க்கத் தெரிந்த மனிதனுக்கு ஒரு ரோஜாவினைக் கூட புரிந்துகொள்ள முடிந்த தில்லை என்று ஆதங்கம் கொள்கிறான். இயற்கை மனிதனுக்கு என்னவெல்லாம் தந்திருக்கிறது. அதை மனிதர்கள் எப்படிக் கண்டுகொள்ளாமல் சிதைக்கிறார்கள் என்பதையே நாவல் விவரிக்கிறது.

குட்டி இளவரசன் மிக நவீனமான ஒரு கதாபாத்திரம். அவனால் எலி, நரி போன்றவற்றை எளிமையாகப் புரிந்து கொள்ள முடிகிறது. ஆனால் மனிதர்களைப் புரிந்துகொள்ள முடியவில்லை. நாம் ஒருவரிடமிருந்து மற்றவர் விலகிப் போகவும் துண்டிக்கவும்தான் முயற்சிக்கிறோம். ஒருவரோடு ஒருவர் உறவை ஏற்படுத்திக்கொள்ள விரும்புவதில்லை என்கிறது நரி. அதுதான் எக்ச்பரியின் குரல்.

96 பக்கங்களே உள்ள இந்த சிறிய நாவல் ஆழமான மனப் பாதிப்பை உருவாக்கக்கூடியது.

பெரியவர்கள் எல்லோரும் ஒரு காலத்தில் குழந்தைகளாக இருந்தவர்கள்தான். அவர்களுக்கே இது சமர்ப்பணம் என்று நாவலின் முகப்புரை கூறுகிறது.

திரைப்படம், குழந்தைகள் திரைப்படம், நாடகம், இசை நாடகம், தொலைக்காட்சி தொடர், காமிக்ஸ், ரேடியோ நாடகம் என்று நாற்பதுக்கும் மேற்பட்ட வடிவங்களில் குட்டி இளவரசன் மாற்றம் கண்டுள்ளது.

நமக்குள் உள்ள சிறுவனை விழிப்படையச் செய்வதற்காக ஒரு முறை அவசியம் குட்டி இளவரசனை வாசியுங்கள். கவித்துமான அனுபவத்தைப் பெறுவீர்கள்.

காலத்தை செதுக்குதல்

Art could be said to be a symbol of the universe, being linked with that absolute spiritual truth which is hidden from us in our positivistic, pragmatic activities.

- Andrey Tarkovsky

ரஷ்ய நவீன சினிமாவின் தனிப்பெரும் ஆளுமை ஆந்த்ரேய் தார்கோவெஸ்கி (Andrey Tarkovsky). அவர் எழுதிய Sculpting in time சினிமாவைப் பற்றிய தார்கோவெஸ்கியின் புரிதல்களை, அனுபவங்களைப் பேசுகிறது. கடந்த 25 ஆண்டுகளில் வெளியான மிகச் சிறந்த சினிமாவைப் பற்றிய புத்தகம் இதுவே என்பேன். 245 பக்கங்கள் கொண்ட இந்தப் புத்தகம் இன்று பல்வேறு திரைப்பட கல்லூரிகளில் பாடப்புத்தகமாக வைக்கப்பட்டுள்ளது. இதன் சில பகுதிகள் தமிழில் மொழி யாக்கம் செய்யப்பட்டு தனி நூலாக வெளியாகி உள்ளது.

தார்கோவெஸ்கியின் திரைப்படங்கள் மிகுந்த கவித்துவ மானவை. படிமங்களும் குறியீடுகளும் உருவகங்களும் ஆழ்ந்த மனவெழுச்சியும் தரக்கூடியவை. ஆன்மீகத் தேடுதலுக்கான திரைப்படங்கள் என்று அவற்றை இன்று வகைப்படுத்துகிறார்கள்.

நான் தார்கோவெஸ்கியின் முக்கிய படங்கள் அத்தனையும் பார்த்திருக்கிறேன். என் வரையில் அவை மனித மனதின் செயல்பாடுகள், குறிப்பாக, பிரிவு

வேதனை வலி துக்கம் சந்தோஷம் போன்றவற்றைப் பற்றிய ஆழ்ந்த விசாரணையை மேற்கொள்கின்றன. தார்கோ வெஸ்கியின் சினிமா காட்சிகளின் வழியே கதையைச் சொல்வதற்காக உருவாக்கப்பட்டவையல்ல. மாறாக, திரைப்படத்தினை அவர் ஒரு ஆற்றுப்படுத்துதல் போன்ற செயல்பாடாகக் கருதுகிறார்.

மனிதனின் ஆறாத துயரங்களைப் புரிந்து கொள்ளவும் அதிலிருந்து மனிதனை சாந்தப்படுத்துவதற்கும் கலை மிக அவசியமானவை. குறிப்பாக, சினிமா சமகால அரசியல் சமூக நெருக்கடிகள் மனிதனை எப்படி அடையாளமற்றுச் செய்கின்றன. மதத்தைப் பற்றிக்கொள்ள முடியாத ஆனால், நம்பிக்கையைத் தேடிய அலையும் இருப்பின் அவஸ்தைகளை அவர் விவரிக்கிறார்.

நம் காலத்தின் உன்னத இயக்குனர் என்று தார்கோவெஸ்கியை அகிரா குராசோவா பாராட்டுகிறார். அத்துடன் அவர் படம் பிடிப்பதை நேரடியாகச் சென்று பார்த்து வியந்த அகிரா குரசோவா தார்கோ வெஸ்கி ஒரு பிரபஞ்சத்தையே உருவாக்கிக் காட்டுகிறார் என்று வியந்து சொல்கிறார்.

தனது திரைப்படங்களைப் புரிந்து கொள்ள முடியவில்லை என்று பல்வேறு தரப்பான பார்வையாளர்கள் எழுப்பிய கேள்விகளில் இருந்தே தார்கோவெஸ்கி இப்படியான ஒரு புத்தகத்தை எழுத முன்வந்திருக்கிறார். ஒன்பது அத்தியாயங்களாகப் பிரிக்கப்பட்டுள்ள இந்தப் புத்தகம் தார்கோவெஸ்கியின் சினிமாவைப் பற்றி மட்டும் பேசவில்லை. மாறாக, திரைக்கலையின் நுட்பங்களை, குறிப்பாக அதன் ஒளிப்பதிவு, திரைக்கதை, உருவாக்கம். நடிப்பு, திரை இசை, சினிமா பார்வையாளர்கள் என்று தனித்தனியாகக் கவனம் கொண்டு ஆழ்ந்து விவாதிக்கிறது.

திரைக்கலையின் நுட்பங்களை ஆசானைப் போல தார்கோ வெஸ்கி இந்நூலின் வழியே நமக்குக் கற்றுத் தருகிறார். அவை வெறும் தகவல்கள் இல்லை. மாறாக, அவரது திரைப்படங்களைப் போலவே எழுத்தும் அடர்த்தியான படிமங்களையும் கவித்துவ செழுமையையும் கொண்டிருக்கின்றன.

பகமலோவ் எழுதிய இவான் என்ற சிறுகதையை தார்கோவெஸ்கி Ivan's Childhood, என்ற படமாக உருவாக்கியிருக்கிறார். எது ஒரு சிறுகதையை திரைப்படத்திற்கான கருவாக முடிவு செய்கிறது என்பதைப் பற்றியே அவரது முதல் அத்தியாயம் பேசுகிறது. அதில் கவிதை வாழ்வை அணுகுவதைப் போன்று உணர்ச்சியோடும், கச்சிதமாகவும் தனித்துவமான பார்வை மற்றும் மொழியுடன் உள்ள கருப்பொருட்களே தன்னை வசீகரிக்கின்றன என்கிறார்.

இவானின் பால்யகாலம் படத்தில் யுத்தமுனையில் ஒரு சிறுவன் செய்தி கொண்டு செல்பவனாகப் பணியாற்றிய நிகழ்வுகளை விவரிக்கிறது. சிறுவன் பற்றி யுத்தமுனையில் உள்ள படைப்பிரிவிற்குத் தான் சேகரித்த தகவல்களுடன் வந்து சேர்கிறான். அவன் மனதில் யுத்த அவலக்காட்சிகள் நிரம்பியிருக்கின்றன. உறக்கத்தில் அவனது கனவு விசித்திரமாக வெளிப்படுகிறது. இதுவரை நான் பார்த்த கனவுக்காட்சிகளில் இவானே ஆகச் சிறந்தது என்பேன். அது ஒரு கனவு என்று பார்வையாளர்கள் துல்லியமாக உணரும்படி உருவாக்கப்பட்டிருக்கிறது.

கடற்கரையில் ஆப்பிள்கள் உருண்டு கிடக்கின்றன. ஒரு குதிரை அதை மேய்ந்தபடியே அலைந்து கொண்டிருக்கும் காட்சிப் படிமமானது குறியீடாக வெளிப்படுகிறது. காட்சிக் கோணங்கள் மற்றும் காட்சியின் வேகம் யாவும் தனித்துவமானதாக உள்ளது. சர்ரியலிச ஓவியம் ஒன்றினைப் போல அந்தக் காட்சி நீள்கிறது. பனியும் நெருப்பும் இரண்டு முக்கிய படிமங்களாக உள்ளன.

இரண்டாம் அத்தியாயம் கலை குறித்த தார்கோவெஸ்கியின் எண்ணங்களை விவரிக்கிறது. இதில் ஒரு தேசத்தின் இலக்கியம் மற்றும் இசை கலைகளின் பாதிப்பிலிருந்தே அதன் சினிமா உருவாக வேண்டும். செவ்வியல் இலக்கியங்கள் மற்றும் கதைமரபுகள் சினிமாவை உருவாக்குவதில் முக்கிய பங்கு வகிக்கிறது. ஸ்பெயின் கலாச்சாரக் கூறுகளை உள்ளடக்கியே லூயி புனுவலின் படங்கள் உருவாக்கப்பட்டுள்ளன. இதை விலக்கி அவரைத் தனியே காண இயலாது. செர் வான்டிஸ் துவங்கி பிகாசோ வரையான பாதிப்பை ப்யூனுவல் திரைப் படங்களில் காணலாம் என்கிறார். மரபு ஓவியங்கள் திரைப்பட உருவாக்கத்தில் முக்கிய பங்கு வகிக்கின்றன. ஸ்பானிய நிலக்காட்சி ஓவியங்களில் இருந்தே தனது படத்தின் நிறம் மற்றும் காட்சிகளின் வடிவத்தை ப்யூனுவல் உருவாக்குகிறார். அதுவே தனது பாணியும் என்கிறார் தார்கோவெஸ்கி.

இதற்கு உதாரணமாக தார்கோவெஸ்கி இயக்கிய ஆந்த்ரே ரூபலோவ் என்ற ஓவியரைப் பற்றிய திரைப்படத்தைச் சொல்லலாம். ஓவியரின் அகநெருக்கடிகளையும் தரிசனங்களையும் விவரிக்கும் இந்தப் படத்தின் காட்சியமைப்பு ஓவியத்தின் அதிகபட்ச சாத்தியங்களை உள்வாங்கியிருக்கிறது.

தஸ்தாயெவ்ஸ்கியின் புனைகதைகளே தனது வாசிப்பில் மிக உயர்ந்த இலக்கியப் பிரதிகள் எனும் தார்கோவெஸ்கி, அவற்றைத் தனது எழுத்தின் மூலமாக விரிவாக அடையாளம் காட்டுகிறார்.

ஆழ்ந்த இலக்கிய வாசிப்பின் வழியேதான் திரைப்பட இயக்குனர் உருவாக முடியும் எனும் தார்கோவெஸ்கி ஜப்பானிய ஹைக்கூ வடிவத்தை தனது திரைப்படங்களின் காட்சிகளுக்கான தூண்டுதலாகக் குறிப்பிடுகிறார். மூன்று தனிப்பட்ட காட்சிகளின் வழியே ஒரு அனுபவத்தை தரும் ஹைக்கூதான் திரைக்கதையின் முக்கிய அம்சம். அந்த கவிதைகளைப் போல துல்லியமாக, ஒன்றோடு ஒன்று முரண் படும் இரண்டு விஷயங்களை தான் ஒரே காட்சியில் ஒன்று சேர்ப்பதாகச் சொல்கிறார். காட்சிகள் படிமமாகின்ற விந்தை இப்படியே நடக்கிறது என்று விளக்குகிறார்.

> Becoming an artist does not merely mean learning something, acquiring professional techniques and methods. Indeed, as someone has said, in order to
>
> write well you have to forget about grammar. Though, of course, in order to forget it you have first to know it.

தார்கோவெஸ்கியின் திரைப்படங்கள் தரும் அனுபவத்தை நிகர் செய்கிறது இந்தப் புத்தகம். இரண்டு முறை இதை முழுமையாக வாசித்திருக்கிறேன். ஒவ்வொரு முறையும் அது தரும் நெருக்கமும் அறிவும் சினிமாவைப் புரிந்து கொள்வதை மேம்படுத்துகிறது.

தொலைக்காட்சியின் பின்னால்

பியர் பூர்தியு (Pierre Bourdieu) பிரெஞ்சின் முக்கியமான சமூகவியல் சிந்தனையாளர். தொலைக்காட்சியின் செயல் பாட்டின் பின்னுள்ள அரசியலை, பார்வையாளனின் உளவியலை, பொறுப்புணர்வைக் குறித்து எழுதியுள்ள 'தொலைக்காட்சி ஒரு கண்ணோட்டம்' என்ற புத்தகம் மிக முக்கியமான ஒன்று. இந்திய மொழிகளில் தமிழில் மட்டும்தான் இந்த நூல் வெளியாகி உள்ளது. பிரெஞ் சில் இருந்து நேரடியாக இதனை மொழியாக்கம் செய்திருப்பவர் வெ.ஸ்ரீராம். 'கரியா பதிப்பகம் 2004ல் வெளியிட்டுள்ளது.

சராசரியாக ஒரு பார்வையாளன் ஒவ்வொரு நாளும் குறைந்தது ஐந்து மணி நேரங்களாவது தொலைக்காட்சி பார்க்கிறான் என்கிறது புள்ளிவிபரம். எண்ணிக்கையற்ற சேனல்கள், பொழுதுபோக்கு நிகழ்ச்சிகள், விவாதங்கள், இருபத்திநாலுமணி நேர செய்திகள், கலந்துரையாடல்கள், விளையாட்டு, ரியாலிட்டி ஷோ, சங்கீதப் போட்டிகள், சினிமா, பக்தி, மருத்துவம், நகைச்சுவை, வணிகம் என்று தொலைக்காட்சி பல கூறுகளை ஒருங்கே கொண்ட அசுர ஊடகமாக வளர்ந்து நிற்கும் சூழலில் அது குறித்து ஆழ்ந்த விவாதங்களோ, விமர்சனங்களோ, தொலைக்காட்சியின் தாக்கம் குறித்த உளவியல் ஆய்வுகளோ தமிழில் வெளியாவதில்லை, தொலைக்காட்சி நிகழ்ச்சிகள் குறித்து தனியே விவாதிக்கக்கூடிய இதழ்களோ, இணைய தளங்களோ கூட இன்றுவரையில்லை.

ஆனால் சமூகசிந்தனைகளை உருவாக்குவதில் தொலைக்காட்சியே முக்கிய பங்கினை ஆற்றிவருகிறது. மார்ஷல் மெக்கலன் தொலைக் காட்சி குறித்து எழுதிய Understanding Media: The Extensions of Man மிக முக்கியமான ஒன்று. அதன்பிறகு பியர் பூர்தியுவின் இந்த நூலே ஊடகத்தின் பின்னுள்ள மறைமுகக் காரணிகளைத் துல்லியமாக ஆராய்ந்து வெளிப்படுத்துகிறது.

வேடிக்கையான முரண் என்னவென்றால் தொலைக்காட்சி இந்த அதிகார அரசியல் பற்றி அவர் தொலைக்காட்சியின் வழியேதான் பேசியிருக்கிறார். இந்நூல் அவரது புகழ்பெற்ற தொலைக்காட்சி நிகழ்ச்சியின் தொகுப்பாகும்.

பியர் பூர்தியுவை அறிமுகப்படுத்தும் ரோலன் லார்தின்வா தொலைக்காட்சி குறித்து சுட்டிக்காட்டும் உண்மை இப்படித் தானிருக்கிறது.

மக்களில் பெரும்பகுதியினரின் சிந்தனைகளை உருவாக்கும் ஏக போக அதிகாரத்தை தொலைக்காட்சி தானாகவே அபகரித்துக் கொண்டுவிட்டது. அதற்கு முன்பெல்லாம் கல்வி போதிக்கும் இச் செயல்பாடானது மரபுப்படி குடும்பங்களின் கட்டுபாட்டில் இருந்தது. பின்பு இது கல்வி நிறுவனங்களின் கட்டுப்பாட்டிற்கு வந்தது. இன்று அதிலிருந்து மாறி தொலைக்காட்சியின் கைக்குப் போயிருக்கிறது.

இதுதான் ஆராயப்பட வேண்டிய முக்கிய அம்சம், தொலைக்காட்சி மறைமுகமாகப் பார்வையாளனுக்கு நிறையக் கற்றுத்தந்தபடியே இருக்கிறது, என்ன கற்றுத்தருகிறது, ஏன் கற்றுத்தருகிறது, கற்றுத் தருவது சரியானதுதானா என்பதையே நாம் ஆராய வேண்டியிருக்கிறது என்கிறார் பியர் பூர்தியு.

தொலைக்காட்சி நிகழ்ச்சிகளில் பங்கேற்று கருத்துச் சொல்வதன் வழியே எவரும் ஒரு எழுத்தாளராகவோ, சமூகவியல் சிந்தனையாள ராகவோ, அரசியல் விமர்சகராகவோ மாறிவிடமுடிகிறது. இதற்கு முந்தைய காலங்களில் இப்படியொரு அடையாளத்தை ஒருவர் அடைவதற்கு அவர் துறை சார்ந்து தொடர்ச்சியாகச் செயல்பட்டு அதன் அங்கீகாரத்தைப் பெற்றிருக்க வேண்டும். தொலைக்காட்சி அதைத் தூக்கி எறிந்துவிட்டு எவரையும் எந்த முகாந்தரமும் இன்றி ஒரு அறிஞராக முன்னிறுத்தி அங்கீகாரம் பெற்றுத் தந்துவிடுகிறது. இதனால் பல புதிய எழுத்தாளர்கள், சிந்தனையாளர்கள் தொலைக் காட்சியின் வழியே உலவத் துவங்குகிறார்கள். இந்தப் போலி சிந்தனையாளர்கள் தொலைக்காட்சியில் தோன்றுவதன் ஒரே

நோக்கம் தன்னைத் திரையில் காட்டிக்கொள்வது மட்டும்தான். மற்றவர்களால் தான் பார்க்கப்பட வேண்டும் என்பதற்காகக் கலந்து கொள்ளும் இந்த தொலைக்காட்சி அறிவுஜீவிகள் எதுகுறித்தும் ஆழமான பார்வையோ, அறிவோ கொண்டிருப்பதில்லை என்பதுதான் நிஜம் என்கிறார் பியர் பூர்தியு.

இப்படி செயல்படுவதன் காரணமாக இதன் முந்தைய காலங்களில் இலக்கியம், இதழியல், சமூக ஆய்வுகள் போன்றவை தொடர்ச்சியாக முன்னிறுத்தி வந்த அதன் பண்புகள் மற்றும் அறம் முற்றிலும் புறக்கணிக்கப்படுவதுடன் அறிஞர்களை உருவாக்கும் பாப்கார்ன் இயந்திரமாக மாறிவிடுகிறது தொலைக்காட்சி. அதை பார்வையாளர்கள் புரிந்து கொள்வதில்லை. திரையில் தோன்றி ஒருவர் கருத்து சொல்வது நாளிதழ்களில், கலை, இலக்கிய, இதழ்களில் எழுதப்படும் ஆழமான கட்டுரைகளை விட முக்கியமானது என்று பார்வையாளர்கள் நம்ப ஆரம்பிக்கிறார்கள். இது ஒரு மறைமுகமான மோசடி என்கிறார் பியர் பூர்தியு.

நிகழ்ச்சிகளின் உருவாக்கம், அதன் பின்னுள்ள உளவியலைச் சொல்லும்போது செய்தி ஒளிபரப்பின் பின்னே சில முதன்மைபடுத்தப் படுவதற்கான காரணங்களையும், அதே நேரம் பல செய்திகள் எவ்வாறு இருட்டடிப்பு செய்யப்படுகின்றன என்பதையும் விவரிக்கிறார்கள். உண்மையில் நமது தொலைக்காட்சி செய்திகள் அன்றாட உலகின் பிரச்சினைகளில் இருந்து நமது கவனத்தை திசைதிருப்பவே முனைகின்றன. அவை உண்மையான பிரச்சனைகளை மக்கள் அறிந்து கொண்டுவிடக்கூடாது என்பதில் முக்கிய கவனம் கொள்கின்றன. மக்களின் போராட்ட முறைகளை, அதன் வீச்சை தொலைக்காட்சிகளே தீர்மானிக்கின்றன. டிவி கேமிராவின் கருணை இல்லாமல் நடைபெறும் ஊர்வலம் தோற்றுப்போவது குறிப்பிடத்தக்கது, என்றால் பிரச்சினைகளை முதன்மைப்படுத்துவதில் தங்களது அதிகாரத்தை தொலைக் காட்சிகள் கையில் வைத்துள்ளன; அவை எதைத் தர விரும்புகிறதோ அது முக்கியப் பிரச்சினையாகிவிடுகிறது என்று சொல்கிறார் பியர் பூர்தியு.

தொலைக்காட்சியின் விவாத நிகழ்ச்சிகளில் கண்ணுக்குப் புலப் படாத தணிக்கை முறையொன்று இருக்கிறது. அது என்னவென்றால் ஒரு கருத்தை எப்படி சொல்ல வேண்டும், எதை முதன்மைப்படுத்த வேண்டும், எதை சொல்லக்கூடாது, எவ்வளவு நிமிடங்களுக்குள் சொல்ல வேண்டும் என்பதை நிகழ்ச்சித் தயாரிப்பாளரே முடிவு செய்கிறார். பல நிகழ்ச்சிகளில் இது ஒரு மறைமுக திரைக்கதை

போல் எழுதப்படுகிறது. அவர்கள் முன்னிறுத்த விரும்புகின்றன. செய்திகள் அறிஞர்களின் உதடுகள் வழியாக வெளிப்படுகின்றன. இது ஒருவிதமான அடையாள வன்முறை என்று பியர் பூர்தியு குறிப்பிடுவதோடு, தான் ஒரு சாவி கொடுக்கப்பட்ட பொம்மை போல செயல்படுவதைப் பல நேரங்களில் விவாத அரங்கில் பங்கேற்கும் அறிஞர்கள் அறிந்தே செய்கிறார்கள் எனவும் கூறுகிறார்.

தொலைக்காட்சியின் இயல்பிலே அது மிகையை நாடும் வடிவம் என்றும் அதன் இயக்கத்தின் பின்னால் எல்லோருக்கும் முந்தித் தருவது என்ற அவசரம் தொற்றிக்கொண்டு இருப்பதையும் சுட்டிக் காட்டும் பியர் பூர்தியு திரையில் ஒன்றைக் காட்டுவதன் வழியே அது உண்மையானது என்று நம்ப வைக்கும் திறன் தொலைக் காட்சியிடம் உள்ளது. ஆகவே பார்வையாளனின் சிந்தனைகளை அது எளிதாகத் தன்வசப்படுத்திவிடுகிறது. தொலைக்காட்சி நிகழ்ச்சிகள் சினிமா போல கூட்டுத்தயாரிப்பாக இருந்தாலும் அதில் எதை யார் செய்கிறார் என்று பார்வையாளர் பிரித்து அறிந்து பார்ப்பதில்லை. ஒரு விவாத நிகழ்வில் அதை யார் தேர்வு செய்தது, யார் அதற்கான ஆய்வுகளை மேற்கொண்டது, நிகழ்ச்சியை ஒருங்கிணைப்பு செய்து பேசுகின்றவர் சொல்லும் சொற்கள் அவருடையதுதானா, அவரை யாராவது இயக்குகிறார்களா என்பதை பார்வையாளர் ஆராய்வதில்லை. ஆகவே அது ஒன்றிணைந்த கருத்துருவமாக மாறிவிடுகிறது. இதனால் பசிக்கான துரித உணவை, பல பண்பாட்டிற்கான துரித உணவைத் தயாரித்து தரும் இடமாகத் தொலைக்காட்சி மாறிவிடுகிறது. பல்வேறு துறை சார்ந்து கருத்து சொல்லும் பாஸ்ட்புட் சிந்தனையாளர்களை தொலைக்காட்சியே உருவாக்கிவிடுகிறது.

தொலைக்காட்சியில் நடைபெறும் விவாத நிகழ்ச்சிகளில் முதன் முறையாகப் பங்கேற்கும் ஒரு அறிஞரோ, பார்வையாளனோ கூச்சமும் தயக்கமும் கொண்டிருப்பான். அவனிடமிருந்து சரியான எண்ணத்தை அல்லது கருத்தை வெளிக்கொண்டு வருவதற்கு அதன் நிகழ்ச்சி தொகுப்பாளர் பரிவோடு முயற்சிக்க வேண்டும். அது ஒரு பெண் பிரவசம் பார்ப்பதற்கு உதவி செய்வது போன்று இருக்க வேண்டும், அப்படியில்லாமல் அவசரமான ஐந்து நிமிசத்திற்குள் ஒருவரின் வாயில் இருந்து கருத்துகளைப் பிடுங்க முயன்றால் அது தோல்வியாகவே முடிந்துவிடும் என்று சொல்கிறார் பியர் பூர்தியு. யோசித்துப் பார்த்தால் விவாத நிகழ்வுகளின் தந்திரமே அவசரம் என்று சொல்லி ஒருவரது கருத்தை தாண்டிச் செல்வதேயாகும். அவசரம், அவசரம் என்று அது கேள்விகள் — பதில்களை சட்சட்டென தாண்டிப் போவதே அதன் உள்ளார்ந்த தந்திரம்.

இது அறிந்து மேற்கொள்ளப்படுகின்ற ஒன்று என்று பியர் பூர்தியு உதாரணங்களுடன் சுட்டிக்காட்டுகிறார்.

சந்தைக்கான போட்டிதான் நிகழ்ச்சிகளைத் தீர்மானிக்கிறது. அதுபோலவே தொலைக்காட்சி மற்ற ஊடகங்களில் இருந்து தன்னைப் பெரிதும் வேறுபடுத்திக் காட்டுவதற்காக முந்திக்கொண்டு ஓட வேண்டியிருக்கிறது. எதையும் சாதாரணமாக்குதல், அல்லது மிகைப்படுத்துதல், அரசியலற்ற சிந்தனைகளை ஏற்படுத்துவது, ஊருடன் ஒத்துப்போ என்று சொல்வது, வணிக கலாச்சாரக் கூறுகளை முதன் மைப்படுத்துவது என்பது போன்றவை உலகம் முழுவதும் தொலைக் காட்சிகளால் ஒன்றுபோலவே முன்னிறுத்தப்படுகின்றன.

இன்று எந்த ஒரு விஷயம் குறித்தும் பொதுக்கருத்தை உருவாக்குவதில் தொலைக்காட்சிகளே முக்கிய இடம் பிடித்திருக்கின்றன. ஆனால் அப்படி உருவாக்கப்படும் கருத்து சரியானது தானா, அது யாருடைய விருப்பங்களைப் பிரதிபலிக்கிறது என்பதை ஆராய வேண்டியது சமூகவியலாளர்களின் கடமை என்கிறார் பியர் பூர்தியு.

பிரெஞ்சு தொலைக்காட்சிகள் ஏற்படுத்தும் சாதக பாதகங்கள் குறித்து பூர்தியு எழுதியவை நமது சூழலுக்கும் பொருந்தக் கூடியதாகவே உள்ளது.

இந்த நூலை நேரடியாகத் தமிழில் எளிதப்பட்டது போல் சரளமாக, நுட்பமாக மொழியாக்கம் செய்திருக்கிறார் வெ. ஸ்ரீராம். இவர் பிரெஞ்சு மொழிபெயர்ப்பு பணிக்காக செவாலியே விருது பெற்றவர் என்பது குறிப்பிடத்தக்கது.

அதிகம் கவனம் கொள்ளாமல் போய்விட்டது, ஆனால் விவாதிக்கப்பட வேண்டிய முக்கியமான நூல்.

கோகலின் மூக்கு

ருஷ்ய எழுத்தாளரான கோகல் எழுதிய மூக்கு என்ற சிறுகதையை வாசித்துக்கொண்டிருந்தேன். பகடி எழுத்தில் சாதனை இந்தச் சிறுகதை. கோகல், ஒரு மனிதனின் அடையாளமாக இருப்பது அவனது மூக்கு. அது வெறும் வாசனையை நுகரும் உறுப்பில்லை. ஒரு அடையாளம். அதை இழக்கும் ஒருவன் நுண்ணுர்வுகளை இழக்கிறான் என்பதைக் கதையில் அழகாகச் சித்தரிக்கிறார்.

விருந்துக்குச் செல்ல வேண்டிய அவசரத்தில் சவரம் செய்யச் சென்ற ஒரு அதிகாரிக்கு முகச்சவரம் செய்யும் போது மூக்கு அறுபட்டுவிடுகிறது. தனது மூக்கு காணாமல் போய் விட்டதை அறியாமலே அவன் வீடு திரும்புகிறான். பிறகு அவன் மூக்கு இல்லாததைக் கண்டுபிடித்து அதைத் தேடி அலைகிறான். அதிகாரியின் மூக்கு. வேலையாளின் மூக்கு, வீரனின் மூக்கு, அழுக்கடைந்த மூக்கு, சளிபிடித்த மூக்கு என விதவிதமான மூக்குகளை அறிந்து கொள்கிறான். எனக்கு இந்தக் கதையைப் படிக்கையில் பல்வேறு மூக்குகள் நினைவிற்கு வந்தன.

இலக்கியத்தில் வேறு எந்த உடல் உறுப்பைவிட மூக்கு பற்றி அதிகம் எழுதப்பட்டிருப்பது ஆச்சரியமாக இருந்தது.

தமிழில் நாசியால் நுகரும் வாசனைகள் ஒவ்வொன்றிற்கும் தனித் தனியாகச் சொற்களில்லை. மல்லிகைப்பூ போல வாசனை, சந்தனம் போல மணம், மீன் பொரிக்கும் வாடை என்று பொருளைச் சொல்லித்

தான் வாசனையை அறிய வேண்டியிருக்கிறது. நேரிடையாக கசப்பு, புளிப்பு, இனிப்பு, துவர்ப்பு என்று சுவையைச் சொல்வது போல தனிச் சொற்களில்லை. நாற்றம் என்பதுதான் வாசனையைப் பற்றி மிகச்சரியான சொல். அதை மெல்ல துர்வாசனையோடு இணைத்து விட்டது ஒரு கலாச்சாரச் சிதைவு.

இந்த மூக்கு விவாகரம் தமிழின் தொன்மையை ஆராய வைத்தது. மூக்கை அறுப்பது என்பது ஒரு விசித்திரமான தண்டனையாகயிருந்திருக்கிறது. முகத்தின் மையம் மூக்குதான். அதைச் சிதைப்பது உருவையே சிதைப்பதற்கு சமம். நமக்கும் பூதகணங்களுக்கும் உள்ள வேறுபாடு, தலையில் ரெண்டு கொம்பும் இரண்டு பற்கள் வெளியே நீட்டிக்கொண்டிருப்பதும்தான். பற்கள் வெளியே நீண்டுகொண்டிருப் பதே அரக்கத்தனம் என்பது வேடிக்கையாகயில்லை.

தமிழகத்தில் மூக்கறுப்பு போர் என்று ஒன்று நடந்திருக்கிறது. மதுரை மன்னருக்கும் கர்நாடக மன்னருக்கும் நடந்த இந்தச் சண்டையில் பிடிபட்ட வீரர்களின் மூக்கை அறுத்து மூட்டை மூட்டையாக மைசூருக்கு அனுப்பிவைத்ததாகச் சான்றுகளிருக் கின்றன.

சூர்ப்பனகையின் மூக்கையறுத்தது பற்றிக் காவியங்கள் ஒருவிதமான காட்சியை நமக்குப் பரிச்சயம் செய்திருந்தபோது கிராமப்புறக் கதைகளும். கலைகளும் வேறு விதமாக ஒரு காட்சியை அறிமுகம் செய்கின்றன. நாட்டுப்புறக்கதை மரபில் சூர்ப்பனகையின் மூக்கையறுப்பதைப் பற்றிய மாறுபட்ட கதையிருக்கிறது.

அதில் சூர்ப்பனகை தனது மகன் அலம்புசனைத் தேடிக் காட்டிற்குள் வருகிறாள். அவளுக்கு வாலிபவயதில் மகனிருக்கிறான். அவன் ரிஷிகளைப் போலத் தவம் செய்ய ஆசைப்படுகிறான். அதை வீட்டில் மறுக்கிறார்கள். அதனால் யாருக்கும் தெரியாமல் வீட்டை விட்டுவந்து ஆரண்யத்தில் ஒரு மரத்தில் ஒளிந்து கொண்டு தவம் செய்கிறான். அவனைத் தேடித்தான் சூர்ப்பனகை வனத்தினுள் வருகிறாள். திக்குத் தெரியாமல் தேடியலைகிறாள். கண்டுபிடிக்க முடியவேயில்லை.

அப்போது பர்ணசாலையிலிருந்த ராமனைக் காண்கிறாள். அவரிடம் தன் மகனைப் பற்றி விசாரிக்கிறாள். அவரோ தனக்குத் தெரியவில்லை என்று லட்சுமணனைக் கேட்கச் சொல்கிறார். லட்சுமணனைத் தேடிப் போய் கேட்கிறாள். அவன் தனக்குத் தெரியாது என்றதோடு, இந்தக் கேள்வியை ராமனிடம்

கேட்டாயா என்று கேட்கிறான். ஆமாம். அதனால் என்ன என்று சூர்ப்பனகை சொல்கிறாள். அவர் யார் தெரியுமா? ஸ்ரீராமன் என்கிறான் லட்சுமணன். அவள் அதைப்பற்றிக் கவலைப்படாமல் ஒரு பெண்ணும் இரண்டு ஆண்களாக வனத்திலிருக்கிறீர்களே? நீங்கள் யார் என்று கேட்கிறாள். அந்தக் கேள்வி லட்சுமணனைக் கோபப்படுத்திவிடுகிறது. சீதை யார் தெரியுமா? பூமியிலிருந்து பிறந்தவள். தெய்வப்பிறவி என ஏதேதோ சொல்கிறான்.

சூர்ப்பனகை தனது மகனைக் காணாத குழப்பத்தில் உனக்கு அலம்புசனைப் பற்றித் தெரியாமலிருக்கலாம். நான் உங்களோடு வந்திருக்கும் பெண்ணைப் பார்த்துக் கேட்டுக்கொள்கிறேன். அவளுக்கு எனது நிலை புரியக்கூடும் என்கிறாள். அதைக் கேட்டு ஆத்திரமடைந்த லட்சுமணன் சீதையை பார்க்கக் கூடாது என்று தடுக்கிறான். வாக்குவாதம் நடக்கிறது. கோபத்தில் சூர்ப்பனகையின் மூக்கையறுத்து மொட்டையடித்துவிடுகிறான். அழுதபடியே ராவணனிடம் போய் சீதை என்றொரு யோனிவழி பிறக்காத பெண்ணொருத்தியிருக்கிறாள். பேரழகு. அவளைப் பார்த்துப் பேசப் போன என் மூக்கையறுத்து விட்டார்கள் என்று சொல்கிறாள். அதுதான் ராவணனை சீதையைத் தேடிப்போகச் செய்கிறது.

சீதையை அயோனி என்று காவியராமாயணம் அழைப்பது அவள் பூமியிலிருந்து பிறந்தவள் என்பதற்காகத்தான். ராவணன் மனைவி மண்டோதரி சீதையைப் போல அழகாகயிருந்தாலும் அவளை விடவும் சீதையைத் தேடிப்போனது இப்படித்தான் என்கிறது பாவைக்கூத்து.

இக்கதை பாமரமக்களால் சொல்லப்படுவதாகயிருந்தாலும் சூர்ப்பனகைக்கு நடந்த சம்பவம் நியாயமில்லை என்ற உள்ளுணர்ச்சி அதில் வெளிப்படுகிறது. அதுபோலவே இன்னொரு உபகதை. அதுவும் ராமாயணம் தொடர்பானது. அதுவும் என் பார்வையில் மிகுந்த மாற்றம் உண்டாக்கியது.

ஒரு நாள் ராமன் சிம்மாசனத்திலிருந்தபோது அவனது மோதிரம் கழண்டு விழுந்துவிடுகிறது. விழுந்த வேகத்தில் பூமியைத் துளைத்துக் கொண்டுபோய்விடுகிறது. அனுமான் அதைத் தேடிக்கொண்டு பாதாளலோகம் செல்கிறார். அங்கே உள்ள பாதாள அரசன் அனுமானிடம், எதற்காக வந்திருக்கிறாய் எனக் கேட்கிறான். ராமனின் மோதிரத்தை தேடி வந்திருப்பதாகச் சொன்னதும். அதற்கென்ன, கொண்டுவரச் சொல்கிறேன் என்று ஒரு தட்டை எடுத்து வரச் சொல்கிறான். அந்தத் தட்டு முழுவதும் மோதிரமாகவேயிருக்கிறது. எல்லா மோதிரமும் ஒன்றுபோலவே

வேறு இருக்கின்றது. இதில் உன் ராமனுடைய மோதிரத்தை எடுத்துக்கொள் என்கிறார். அனுமானுக்குக் குழப்பமாகிவிட்டது. இதில் எது ராமனுடைய மோதிரம் என்று தெரியவில்லையே என்கிறான். அதற்குப் பாதாள அரசன், இந்தத் தட்டில் இருக்கும் மோதிரங்கள் அளவு ராமர்கள் உலகில் தோன்றியிருக்கிறார்கள். நீ பூமிக்குத் திரும்பும் போது உன்னால் ராமனைக் காண முடியாது. அவனது அவதாரம் முடிந்து போனது. அதனால்தான் அவனது மோதிரம் கழண்டு விழுந்தது. அப்படிக் கழண்டு விழுந்த ராமன்களின் மோதிரங்களையெல்லாம் நான் சேகரித்து வைத்திருக் கிறேன் என்கிறார்.

இக்கதையின்படி ஒவ்வொரு ராமனுக்கும் ஒரு ராமாயணமிருக்கிறது. இந்தியா மட்டுமல்லாது கம்போடியா, சீனா, திபெத் எனத் தென்கிழக்கு ஆசியா முழுவதும் பல ராமாயணங்களிருக்கின்றன. மூவாயிரம் ராமாயணம் இருக்கக்கூடுமென்கிறார் ஏ. கே. ராமானுஜம்.

தமிழகத்தில் பத்மநாபபுரம் கோவிலில் மரவேலைப்பாடுகளுடன் சிறிய காட்சிகளாக ராமாயணம் முழுவதும் செதுக்கப்பட்டுள்ளது. அது போலவே திருபுவனம் கோவிலின் சுற்றுச்சுவர் முழுவதும் ராமாயணக் காட்சிகள் சிற்பமாக வடிக்கப்பட்டிருக்கின்றன. அதில் சூர்ப்பனகையின் மூக்கறுப்புச் சிற்பமிருக்கிறது. சூர்ப்பனகையின் இடுப்பில் ஏறி நின்றபடி லட்சுமணன் கத்தியால் மூக்கையறுக்கிறான். அவ்வளவு பெரிய ஆகிருதியாகயிருக்கிறாள் சூர்ப்பனகை.

மூக்கின் கதை உலகெங்கும் ஒன்றுபோலதானிருக்கிறது, மூக்கில்லாத வனை மூங்கையன் என்கிறார்கள். அவனது மனத் துயரம் மனிதத் துயர்களில் அதிகம் வேதனையுடையது என்பார்கள். யோசித்தால் அது நிஜம் என்றே தோன்றுகிறது.

கதை சொல்லும் காலம்

இந்திய நாவல்களில் மிகவும் குறிப்பிடத்தக்க ஒன்று அக்னி நதி. குர் அதுல் ஐன் ஹைதர் எழுதிய உருது நாவலது. இதனைத் தமிழாக்கம் செய்திருப்பவர் சௌரி. நேஷனல் புக் டிரஸ்ட் வெளியிட்டிருக்கிறது.

கதை சொல்லும் முறையிலும், கவித்துவமான வரிகளிலும், சமகாலப் பார்வையிலும், இந்திய சமூகத்தின் பல்வேறு மத, இனக்குழுவின் நினைவுகளை ஒருங்கே பதிவு செய்துள்ள மிக முக்கியமான நாவலாகும்.

இந்த நாவலை எப்படி வகைப்படுத்துவது, ஒருவகையில் இது வரலாற்று நாவல். இன்னொரு வகையில் இது தத்து வார்த்த நாவல். பிறிதொரு கோணத்தில் இது நவீன நாவல். இப்படி வரையறை செய்யமுடியாதபடி நாவலின் கதைப்போக்கு உருமாறிக்கொண்டேயிருக்கிறது.

பொதுவாக வரலாற்று நாவல்கள் மன்னர்களின் வீரப் பிரதாபங்களையோ, அரசியல் சூழ்ச்சிகளையோ முதன்மைப் படுத்தியே அதிகம் எழுதப்பட்டிருக்கின்றன. எளிய மனிதர்களையோ அவர்களின் தேடுதல்களையோ வரலாற்று நாவல்கள் கவனம் கொள்வதேயில்லை. அந்த வகையில் கன்னடத்தில் வெளியான மாஸ்தி வெங்கடேஸ்வரய்யாவின் சிக்கவீர ராஜேந்திரனும் உருது மொழியில் வெளியான அக்னி நதியும் வரலாற்றைப் புதிய கண்ணோட்டத்தில் பார்க்கக் கூடியவை, சிக்கவீர ராஜேந்திரனை விடவும் அக்னிநதி தரும் அனுபவம்

பிரம்மாண்டமானது. இது ஆயிரம் வருடகால இந்திய வரலாற்றை ஒரே நாவலுக்குள் அடுக்கிக் காட்டுகிறது.

இந்திய இலக்கியத்தின் தனிப்பெரும் ஆளுமையான குர் அதுல் ஐன் ஹைதர், உத்தரப் பிரதேசத்தில் பிறந்து அலிகட் பல்கலைக்கழகத்தில் ஆங்கில இலக்கியம் கற்றவர். சில காலம் லண்டனில் பத்திரிகையாளராகப் பணியாற்றியிருக்கிறார். புகழ்பெற்ற இல்லஸ்ட்ரேஸ்ட்ட் வீக்லியின் துணை ஆசிரியராகப் பணியாற்றி பிரபலமானவர். ஆசிய அளவிலான பெண் எழுத்தாளர்களில் இவரே முதன்மையானவர் என்றே சொல்வேன். 1990 ஆம் ஆண்டு இவருக்கு இலக்கியத்திற்கான மிகப்பெரிய விருதான ஞானபீடப் பரிசு கிடைத்தது.

அக்னிநதி நாவல் புத்தனை அறிந்துகொள்வதற்காக முயலும் கௌதம நீலாம்பரன் என்ற இளைஞன் நதியைக் கடக்க காத்திருப்பதில் துவங்குகிறது.

கௌதம நீலாம்பரன் பௌத்த ஞானத்தைத் தேடி சிராவஸ்தி முதல் பாடலிபுத்திரம் வரை சுற்றித்திரிகிறான். அவனது பயணத்தின் ஊடாக பௌத்த சிந்தனைகள் அன்று இளைஞர்களை எந்த அளவு வசீகரித்தன என்பதை அறிந்துகொள்ள முடிகிறது. பிக்குணியாக மாற விரும்பும் நிர்மலா. அவளது நெருக்கமான தோழி சம்பகா. பிக்குவான ஹரிசங்கர் என ஒவ்வொரு கதாபாத்திரமும் ஒரு அகத் தேடலில் முன் சென்றபடியிருக்கிறார்கள்.

நாவலின் தனிச்சிறப்பே ஒரு வரியில் நாவலின் காலம் நழுவி இன்னொரு காலத்திற்குள் சென்றுவிடுவதுதான். அதுதான் நதியின் இயல்பும் கூட தண்ணீர் கடலோடு ஒன்று கலப்பது நிசப்தமாகவே நடைபெறுகிறது. அது போன்றதுதான் நாவலின் திருப்பங்களும்.

கதை அப்படியே உருமாறி அபுல் மன்சூர் கமாலுத்தீனிடம் வந்துவிடுகிறது. காலம் உருமாறுகிறது. அதோடு மனிதர்களும் மாறுகிறார்கள். ஆனால் மனிதர்களின் ஆசைகள் மாறுவதேயில்லை. காலத்தின் பெருவெள்ளம் வழியாக சகல நிகழ்வுகளும் கடந்து சென்று மறைகின்றன. காலம் அத்தனை கொந்தளிப்புகளையும் விழுங்கி அமைதியாக ஓடிக்கொண்டேயிருக்கிறது.

ஒருவகையில் பின்நவீனத்துவ நாவலைப் போல இது கதை சொல்வதை சிதறடிக்கிறது. ஒன்றுக்கு மேற்பட்ட கதாபாத்திரங்களின் கதையைச் சொல்கிறது. பன்முகமான குரலும் மாறுபட்ட கதையாடல்களும் இந்த நாவலைத் தனித்துவமிக்கதாக்குகின்றன.

இந்திய சமூகம் எப்படி உருமாறியது என்பதை ஒரு குறுக்குவெட்டுத் தோற்றத்தில் காண முடிவது போல இருப்பதே இந்த நாவலின் சிறப்பம்சம். குறிப்பாக, இந்தியாவில் பௌத்த சிந்தனை எப்படி வேரோடியது என்பதையும், அது சார்ந்த எதிர் வினைகளையும் இந்த நாவல் நுட்பமாகக் குறிப்பிடுகிறது.

காலம் மீண்டும் புரண்டுகொள்ள மொகலாய வம்சம் மறைந்து பிரிட்டிஷ் இந்தியாவில் நுழைவதும் அதன் தொடர்ச்சியாக இந்திய மக்களிடம் நடைபெற்ற மனமாற்றங்களும் அடிமை மோகமும் விவரிக்கப் படுகிறது, அங்கிருந்து முதல் சுதந்திரப் போராட்ட காலம் வரை நீள்கிறது. அதிலிருந்து இந்தியா — பாகிஸ்தான் பிரிவினை காலத்தை விரிவாக அணுகி வங்காளப் பிரிவு காலத்தில் வந்து நிற்கிறது. சமகால இந்தியப் பிரச்சினைகளைப் பேசுவதே அதன் முக்கிய நோக்கம் என்பதை வாசகனால் நன்றாகவே உணர முடிகிறது.

இந்திய அரசியல் மாற்றம் குறித்த எதிர்வினைகள், மரபையும் கலாச்சாரத்தையும் பற்றிய வாதப்பிரதிவாதங்கள், சுய அடையாளத் தேடுதல், அதிகாரத்தை நோக்கிய பயணம், வரலாற்றைப் புரிந்துகொள்ளுதல் என்று நாவலின் ஊடாகத் தொடர்ந்த விவாதங்களும் தெறித்து விழும் உன்னதமான கருத்துகளும் நாவலை உயர்வானதாக்குகிறது.

அக்னிநதி காலம் எல்லா மனித எத்தனிப்புகளையும், கனவுகளையும் பார்த்துக்கொண்டேயிருக்கிறது என்ற குறிப்புணர் வோடு முடிகிறது.

இதற்குள்ளாக வங்காளத்தில் நடைபெற்ற பஞ்சம், புதிய நகரம் உருவாவது, காங்கிரஸின் உதயம், சிப்பாய் கலகம் என்று சமகால இந்திய சரித்திர நினைவுகளும் ஒன்று கலந்திருக்கின்றன.

நாவலில் ஒரே பெயருடன் கதாபாத்திரங்கள் திரும்பத் திரும்ப வருகிறார்கள். காலம் மாறுகிறது. அதே பெயருள்ள ஒரு மனிதன் இப்போது வேறு தேடலில் ஈடுபடுகிறான். வரலாறு அவனை மௌனமாகப் பார்த்துக்கொண்டேயிருக்கிறது.

வரலாறு என்பது ஆழங்காண முடியாத ஒரு கடல். அதில் நீயும் நானும் இலைகளைப்போல் அலைந்துகொண்டிருக்கிறோம் என்று நாவலில் ஒரு வரி இடம்பெற்றுள்ளது, அதுதான் நாவலின் மையச்சரடும்கூட.

வரலாறு எனும் நதி முடிவில்லாமல் ஓடிக்கொண்டேயிருக்கிறது. அது உணர்த்தும் ஒரே சாரம் மனிதர்களின் விருப்பங்களும்

எஸ்.ராமகிருஷ்ணன்

கனவுகளும் எப்போதுமே முழுமையடைவதில்லை. காலம் மனிதனை ஒரு பகடையைப் போல உருட்டிவிளையாடுகிறது என்பதே.

வரலாறு என்பது எண்ணிக்கையற்ற கிளைவழி கொண்ட ஒரு நதியைப் போலவே ஓடிக்கொண்டிருக்கிறது. ஒவ்வொருவரும் அதன் ஒரு படித் துறையில் இறங்கி அவரளவில் நீராடிக் கடந்து போய்விடுகிறோம். ஒருவராலும் நதியை முழுமையாக அறிய முடியாது என்பதே உண்மை.

நாவல் எனும் வடிவத்தின் உண்மையான வலிமை ஒரு சமூகத்தின் அத்தனை தளங்களையும் ஊடாடிச் சென்று மனிதர்களின் கனவுகளை எழுச்சியை, வீழ்ச்சியை சொல்வதாகும். அந்த வகையில் குர்அதுல்துன் ஹைதரின் அக்னி நதி அவசியம் வாசிக்கப்படவும் கொண்டாடப் படவும் வேண்டிய முக்கிய நாவலாகும்.

வரலாறு என்னும் கதை

எடுவர்டோ கலியானோ (Eduardo Galeano) மிக முக்கியமான லத்தீன் அமெரிக்க எழுத்தாளர். உருகுவேயைச் சேர்ந்தவர். பத்திரிகையாளராகத்துவங்கி முக்கிய வரலாற்று ஆசிரியராகவும் நாவலாசிரியராகவும் தனி இடம் கொண்டவர்.

இவரது Mirrors. Stories of Almost Everyone படித்திருக்கிறேன். கலியானோவின் எழுத்து மற்ற லத்தீன் அமெரிக்க எழுத்தாளர்களிடமிருந்து பெரிதும் வேறுபட்டது. நேரடியான அரசியல் ஈடுபாடும் இடதுசாரிக் கருத்தியலும் கொண்ட எழுத்தாளர் இவர்.

போர்ஹெஸ், மார்க்வெஸ், ப்யூந்தஸ், இசபெல் ஆலெண்டே, கொர்த்தசார், லோசா, நெரூதா, ஆக்டோவியா பாஸ் என்று பல லத்தீன் அமெரிக்க எழுத்தாளர்கள் தமிழில் அறிமுகமாகி முக்கிய கவனம் பெற்றிருக்கிறார்கள். ஆனால் கலியானோ தமிழில் அறிமுகமாகவேயில்லை.

கவிஞர் ரவிக்குமார் எடுவர்டோ கலியானோவின் முக்கியமான கட்டுரைகளை மொழியாக்கம் செய்து வரலாறு என்னும் கதை என்ற புத்தகமாக வெளியிட்டுள்ளார். சமீபத்தில் நான் வாசித்த மிகச் சிறந்த புத்தகமிது. குறுங்கதைகளைப் போல கலியானோ வரலாற்றை மறு உருவாக்கம் செய்திருப்பதே இந்தத் தொகுப்பின் சிறப்பு.

கலியானோவைப் பற்றிய ரவிக்குமாரின் அறிமுகவுரையும் சிறப்பாக எழுதப்பட்டிருக்கிறது. இந்தியாவைப் பற்றி அதிகம் அக்கறை கொண்ட எழுத்தாளர் கலியானோ. வரலாற்றைப் பற்றிய இவரது அவதானிப்பும் கேள்விகளும் மனசாட்சியை உலுக்கக்கூடியவை.

கலியானோவின் எழுத்துக்களை வாசிக்கையில் காப்காதான் நினைவிற்கு வருகிறார். காப்காவிடம் காணப்படுவது போன்ற அதிகார எதிர்ப்புத் தொனியும் புறச்சூழலைக் குறிப்பாகச் சுட்டும் தன்மையும் இவரிடமிருக்கிறது.

கலியானோ, வரலாற்றை ஒரு துர்சொப்பனம் போலவே கருதுகிறார். அதிலிருந்து பீறிட்டுக்கிளம்பும் அரூபங்களையும் அதனால் உருவாகும் வன்முறைகளையும் துல்லியமாக அடையாளம் காட்டுகிறார்.

அதே நேரம் பண்பாட்டுக் களத்தில் வரலாற்றின் பங்களிப்பு எத்தகையது, வரலாற்றின் முக்கிய போராட்டங்கள் எந்த முதல் புள்ளியிலிருந்து துவங்கியது, அரசியல் அதிகாரமும் மதமும் பன்னாட்டு வணிகமும் இனத் துவேசமும் எளிய மனிதர்களை எப்படியெல்லாம் துன்புறுத்தி வருகிறது என்பதையும் சுட்டிக்காட்டுகிறார்.

ரவிக்குமாரின் மொழிபெயர்ப்பு மிகச் சரளமாகவும் கலியா னோவின் எழுத்தில் காணப்படும் பகடியை அப்படியே தனதாக்கிக் கொண்டதாகவும் உள்ளது மிகுந்த பாராட்டிற்குரியது.

ஒவ்வொரு நாட்டிற்கும் ஒரு இயல்பு இருக்கிறது. லத்தீன் அமெரிக்கா தன்னிடம் உள்ள சகல வளத்தையும் இழந்து போன நாடு, தோற்றுப் போன மக்கள் வாழும் உலகமது என்கிறார் கலியானோ.

தீவிர அரசியல் சிந்தனைகள் கொண்ட கலியானோ 'மார்ச்சா', 'எபோகா' என்ற பத்திரிகைகளின் ஆசிரியராக செயல்பட்டவர். அந்த நாட்களில் அவர் எழுதிய புத்தகம்தான் 'ரத்த நாளங்கள்!'

இதை அன்றைய ராணுவ அரசு தடை செய்தது. கலியானோ கைது செய்யப்பட்டார். சில காலம் சிறைவாசம் அனுபவித்து பின்பு அர்ஜெண்டினா நாட்டிற்குத் தப்பிச் சென்றார். அங்கு 'கிரைசிங்' என்ற கலாச்சார இதழைத் துவங்கினார். அங்கும் அவருக்கு நெருக்கடி எழுந்தது. அதனால் ஸ்பெயின் நாட்டிற்குச் சென்றார். ஸ்பெயினில் இருந்த காலத்தில் 'காதல் மற்றும் போரின் பகல்களும் இரவுகளும்' என்ற அரிய புத்தகத்தை எழுதினார்.

ஒரு நேர்காணலில் கலியானோ "நேர்மையாக எழுதுவது என்பது மிகவும் முக்கியமானது. ஒரு சொல்லை உங்களுக்குத் தரும்போது அதில் என்னையே நான் தருகிறேன். சொற்கள் எனது மாற்றுவடிவமே. ஆகவே சொற்களைக் கொண்டு பொய்யைப் புனையத் துவங்கினால் அது மனசாட்சியற்ற செயலாகிவிடும்" என்கிறார்.

கலியானோ எழுதிய Open Veins of Latin America என்ற புத்தகம், லத்தீன் அமெரிக்க நாடுகள் எப்படி பிரித்தானிய, ஸ்பானிய மற்றும் அமெரிக்க அரசுகளால் தங்கத்துக்காகவும், வெள்ளிக்காகவும் சூறையாடப்பட்டு இன்று பொருளாதார ரீதியில் பின்தங்கி உள்ளன என்பதை வலிமையாக எடுத்துகாட்டுகின்றன.

வரலாற்றில் புதையுண்ட உண்மைகளை உரத்துப் பேசும் அரிய கலைஞன் என்ற வகையில் கலியானோ தமிழுக்கு வந்திருப்பது வரவேற்றுக் கொண்டாடப்பட வேண்டிய ஒன்று.

அஸீஸ் பே சம்பம்

அய்ஃபர் டுன்ஷ் என்ற துருக்கிய எழுத்தாளரின் நாவலான அஸீஸ் பே சம்பவம், கவிஞர் சுகுமாரன் மொழிபெயர்ப்பில் வெளியாகி உள்ளது. 'காலச்சுவடு' பதிப்பகம் வெளியிட்டுள்ள இந்த நாவல் சமகால துருக்கிய இலக்கியத்தில் முக்கியமான ஒன்று. துருக்கிய நகரமொன்றின் மது விடுதியில் இசைக்கலை ஞனாக உள்ள அஸீஸ் பேயின் வாழ்வை விவரிக்கும் இந்த நாவலின் இரண்டு மையப்புள்ளிகள் இசையும் காதலுமே.

நினைவுகளின் கொந்தளிப்பில் வாழும் இசைக்கலைஞன் அஸீஸ் பேயின் வாழ்வை விவரிக்கிறது. மதுவிடுதிதான் நாவலின் களம். அங்கே இசைக்கலைஞராகப் பணியாற்றும் அஸீஸ் பே எதிர்கொள்ளும் மனிதர்கள், அவர்களின் ஊடா கப் பீறிடும் அவனது கடந்தகாலக் காதலின் வலி, நினைவுகள் அலைமோதும் மனத்துயர் இவை கவித்துவமாக நீள்கின்றன.

டுன்ஷ் துருக்கியின் முக்கிய சிறுகதையாசிரியர். இந்த நாவலும்கூட ஒரு சிறுகதையின் வளர்ச்சியடைந்த வடிவமே.

அஸீஸ் பே மரியத்தின் மேல் கொண்ட காதல் அவனை சாந்தம் கொள்ளமுடியாதபடி அலைக்கழிக்கிறது. அந்த நினைவுகள் திருமணத்தின் பின்பும் அவனை நிம்மதியற்றுப் போகச் செய்கின்றன. பெய்ரூட் நகரம் மரியத்தின் நினைவில் ஒளிர்கிறது.

அஸீஸ் பேயால் சந்தோஷமான இசையை வாசிக்க முடிவதில்லை. மனதில் உள்ள காதலின் துயரம் அவனது இசையை ஆக்ரமித்துக் கொள்கிறது. அவனது சோக இசை மது விடுதிக்கு வருபவர்களுக்குப் பிடிப்பதில்லை. ஆனால் அதற்காக அவன் தனது சோகத்தை மாற்றிக்கொள்ள விரும்புவதில்லை.

நாவலின் முக்கிய கதாபாத்திரம் ஸேகி. அவர்தான் அஸீஸ் பேயைத் தனது மது விடுதியில் இசைக்கலைஞனாக வைத்திருப்பவர். அவர்கள் இருவருக்குமான உறவு விசித்திரமாக அன்பும் வெறுப்பும் கலந்த ஒன்றாக உள்ளது.

ஸேகி மது விடுதிக்கு ஆட்கள் வருவது குறைந்து போன நாளில் அஸிஸ்பேயைக் கோபித்துக்கொள்கிறான். ஆனால் அப்படி நடந்து கொண்டது சரியா என்று அவனது மனம் அவனை வேதனை கொள்ளச் செய்கிறது.

இந்த நாவல் முழுவதுமே கதாபாத்திரங்கள் தங்கள் தவறுகளைத் தாங்களே அடையாளம் கண்டுகொள்கிறார்கள். வருத்தப் படுகிறார்கள். ஆனால் அந்த மனநிலையின் தீவிரத்தில் இருந்து அவர்களால் விடுபட முடிவதில்லை. முழுமையாகப் பகிர்ந்து கொள்ளப்படாத அன்பு அவர்களை வாட்டி எடுக்கிறது.

மரியத்தின் மீதான அஸீஸின் காதல் அவனைத் துயரத்தின் சரிவில் தள்ளிவிடுகிறது. அவள் மீதான மயக்கத்தில் பின்னாடியே செல்கிறான். அதில் அவன் சந்திப்பது புறக்கணிப்பையும் தனிமையும் கைவிட்ட மனநிலையை மட்டுமே. அது ஒரு வீழ்ச்சி. அந்த வீழ்ச்சி அவன் அறிந்து உருவாக்கிக் கொண்ட ஒன்று.

நாவலின் ஒரு இடத்தில் தான் தன்னுடைய அப்பாவைப் போல காதல் துயரத்தை மறந்து வேறு வாழ்க்கையை அமைத்துக்கொண்டு ஏன் வாழமுடியாமல் போனது என்று யோசிக்கிறான். முறிந்து போன காதல் அவனை வாழ விடாமல் செய்கிறது. ஆனால் அந்தத் துயரில் இருந்து அவனை மீட்கிறது அவனது இசை. தன் மனதின் ரணங்களை ஆற்றிக்கொள்ளவே அவன் தம்புரா இசைக்கிறான். நம்ப வைத்து தன்னை மரியம் ஏமாற்றிவிட்டதாக உணர்கிறான். போதையும் இசையும் அவனை வாழவைக்கின்றன. தன்னை அழித்துக்கொள்ளத் துவங்கிய ஒரு இசைக்கலைஞனின் வாழ்க்கையை கேரம் போர்டில் காய்களை நகர்த்துவது போல ஒரு சம்பவத்தின் மூலம் இன்னொரு சம்பவத்திற்கு நகர்ந்து சென்று விவரிக்கிறார் அய்ஃபர் டுன்ஷ்.

மிலன் குந்தேராவின் நாவல் போல கதாபாத்திரங்களுக்கு இடையே உள்ள உறவையும் ஆழமான மன உணர்ச்சிகளையும் நாவல் விவரிக்கிறது. அய்ஃபர் டுன்ஷ் நாவல் இந்திய மொழிகளில் முதன்முதலாகத் தமிழில்தான் வெளியாகியிருக்கிறது.

சுகுமாரனின் மொழிபெயர்ப்பு மிகச்சிறப்பானது. இசையும் கவித்துவமும் நிரம்பிய நாவலை நுட்பமாகவும் சரளமாகவும் மொழி யாக்கம் செய்திருக்கிறார். துருக்கிய இசை மற்றும் இலக்கியங்களின் ஆழ்ந்த அனுபவம் இன்றி இதுபோன்ற மொழியாக்கத்தைச் செய்வது சாத்தியமானதில்லை. சுகுமாரன் துருக்கிய இசை மற்றும் இலக்கியத்தை ஆழ்ந்து அறிந்தே மொழியாக்கம் செய்திருக்கிறார் என்பதை மொழி பெயர்ப்பின் சரளம் மற்றும் மொழிநடை உறுதிசெய்கிறது.

சோஃபியின் உலகம்

Jostein Gaarder எழுதிய Sophie's World புத்தகம் தத்துவத்தின் வரலாற்றை விவரிக்கும் மிக முக்கியமான புத்தகம். சோஃபி என்ற பதினான்கு வயது சிறுமிக்கு ஒருநாள் யார் எழுதியது எனத்தெரியாத ஒரு தபால் அட்டை வருகிறது. அதில் Who are you? Where does the world come from? என்ற கேள்வி உள்ளது. அனுப்பியவர் யார் என்று தெரியவில்லை. அந்தக் கேள்விக்கான விடை தேடுதலின் வழியே தத்துவத்தின் நீண்ட வரலாறு விவரிக்கப்படுகிறது.

சோஃபியை எழுதிய ஜோஸ்டின் கார்டர் ஒரு நார்வே எழுத்தாளர், இந்த நாவல் 1991ல் வெளியானது. பின்பு திரைப்படமாகவும் வெளியாகி உள்ளது.

பத்தொன்பதாம் நூற்றாண்டு நாவல்களில் தத்துவ விவாதங்கள் நாவலின் ஒரு பகுதியாகவே இருந்து வந்தன. இருபதாம் நூற்றாண்டு நாவல் எழுத்தில் தத்துவம் நாவலை விட்டு வெளியேறிப்போனது. அது ஒரு துரதிருஷ்டம் என்கிறார் கார்டர். இந்த நாவல் கிரேக்க தத்துவம் முதல் சார்த்தரின் நவீன இருத்தலியல் சிந்தனைவரையான கருத்தியல்களை அலசுகின்றது. தத்துவம் படிப்பது என்ற கடுமையான வேலையை இந்த நாவல் எளிமையாக சுவாரஸ்யமாக மாற்றியமைக்கிறது.

இந்த வகை எழுத்தின் முன்னோடியாக ஹெர்மன் ஹெஸ்ஸேவை சொல்வேன். அவரது நாவல்கள்

தத்துவப் பின்புலம் கொண்டவை. குறிப்பாக, சித்தார்த்தா நாவல் பௌத்தசாரத்தை மையமாகக் கொண்டது.

சோஃபியின் உலகம் நாவல் இதுவரை 30 மில்லியன் பிரதிகள் விற்பனையாகி இருக்கிறது. இதுவரை ஐம்பத்தி மூன்று மொழிகளில் வெளியாகி உள்ளது. தமிழில் இதை சிவக்குமார் சிறப்பாக மொழி யாக்கம் செய்திருக்கிறார்.

சோஃபி பதின்வயதைச் சேர்ந்தவள். அவளது உலகம் விசித்திர மானது. அவளுக்குப் பூனை, தங்கமீன், ஆமை என விசித்திரமான நண்பர்கள் இருக்கிறார்கள். அவளது அப்பா ஒரு எண்ணெய் கப்பல் ஒன்றில் கேப்டனாக இருக்கிறார். தோழியுடன் உரையாடிய போதும் தனது தனிமையை அதிகம் உணர்கிறாள் சோஃபி.

தனக்கு வரும் புதிரான கடிதங்கள் வழியாக சோஃபி ஒரு நாள் ஆல்பர்டோ நாக்ஸ் என்ற ஐம்பது வயதான தத்துவவாதியைச் சந்திக்கிறாள். அவர் தத்துவத்தின் முக்கியத்துவத்தை அவளுக்குக் கொஞ்சம் கொஞ்சமாகப் புரிய வைக்கிறார்.

சோஃபி தத்துவம் கற்றுக்கொள்ளும் முறையும் அதற்குத் தேர்வு செய்யும் இடங்களும், அவளது சந்தேகங்கள், கேள்விகள், அதற்கான தெளிவுகள் இவற்றின் வழியே நாவல் விரிவு கொள்கிறது. ஒரு துப்பறியும் நாவலைப் படிப்பதுபோல் அடுத்து என்ன நடக்கப்போகிறது என்ற ஆவலை உருவாக்கிவிடுவது நாவலின் வெற்றி.

நாவலின் கட்டுமானம் தான் இதன் தனிச்சிறப்பு. கதைக்குள் கதை என்ற வடிவத்தின் மூலம் சோஃபியின் கதை ஹில்டாவின் கதையாக உருமாறுகிறது. ஒருவரின் வாழ்க்கை மற்றவருக்குப் புனைவு என்பது போலவே நாவல் வளர்ச்சியடைகிறது.

இப்போது வாழ்வும் புனைவும் ஒன்றையொன்று பாதித்துக் கொள்ளத் துவங்குகின்றன. சோஃபி என்ற புனைவும் ஹில்டா என்ற நிஜமும் ஒரே நேரத்தில் வளர்ச்சி கொள்ளத் துவங்குகின்றன.

ஹில்டா சோஃபியைப் புரிந்து கொள்வதைத் தனது அக வளர்ச்சியின் அடையாளமாகக் காண்கிறாள். அது ஒரு மீறல், உலகைப் புரிந்து கொள்ளும் முறை என்பது அவளுக்கு நன்றாக தெரிகிறது.

சோஃபியும் ஆல்பர்டோ நாக்சும் முடிவில் மறைந்துவிடுகிறார்கள், அதாவது இந்தப் புனைவை உருவாக்கிய ஆல்பர்ட் நாக்சின் மனதில் இருந்து விடுபட்டுப் போய்விடுகிறார்கள். ஆனால்

ஹில்டாவின் மனதில் அந்த புனைவுருவங்கள் ஆழமான நினைவுகளாக மாறிவிடுகின்றன.

ஒரு புனைவு இன்னொருவர் வாழ்வின் நிஜமாக மாறிவிடும் விந்தையை நாவல் சாத்தியப்படுத்துகிறது.

இந்த நாவலுக்கு முன்னோடியாக ஆலிஸின் அற்புத உலகம் நாவலையே சொல்வேன். அதில் வரும் ஆலிஸ்தான் சோஃபியாக உருமாறியிருக்கிறாள். ஆனால் லூயிகரோலிடம் இருந்த கணித அறிவும், கவித்துவமும், எளிமையும் கற்பனையாற்றலும் சோஃபி நாவலில் கைகூடவில்லை. சோபியின் உலகம் நாவலை எழுதிய கார்டர் நாவலின் வழியாக தத்துவம் எப்படி காலம் தோறும் வளர்ந்து வந்திருக்கிறது என்பதையே மையப்படுத்திக் காட்டுகிறார்.

ஆலிஸிடம் காணப்பட்ட வியப்பு, புத்திசாலித்தனம் எதையும் நாம் சோபியிடம் காணமுடிவதில்லை, சோபி பதின்வயது பெண்ணின் கனவுகளைக் கொண்டிருக்கிறாள். அவளுக்குள் உள்ள குழந்தைமை தான் அவளை முன்னெடுத்துப் போகிறது. மிகை புனைவு நாவல்களைப் போல அவள் கொள்ளும் கற்பனைகள் வசீகரமாக இருக்கின்றன.

இலக்கியப் பிரதி என்ற வகையில் இது இரண்டு மாறுபட்ட கதையுலகின் ஒன்று சேர்ந்த வடிவம் போல உள்ளது. அதற்கும் லூயி கரோலையே முன்மாதிரியாகச் சொல்வேன்.லுக்கிங்த்ரூ தி கிளாஸ் போல இந்தக் கதை சொல்லும் முறையில் ஒன்று மற்றதன் பிரதிபலிப்பு போல உள்ளது.

சோஃபியின் உலகம் போல தத்துவப் பின்புலத்தில் வெளியான இன்னொரு நாவல் ராபர்ட்டோ காலாசோ எழுதிய கா. இதுவும் தமிழில் வெளியாகி உள்ளது.

சோஃபியின் உலகம் நாவல் ஒரு மாயக்கண்ணாடி போல செயல்படுகிறது என்ற வகையில் இது பின்நவீனத்துவ அழகியலைக் கொண்டிருக்கிறது. கதையைச் சிதறடிக்கும் கதை என்பதே இதன் தனிச்சிறப்பு.

கணிதப்புதிர்களின் நாயகன்

RAYMOND SMULLYAN கணிதப்புதிர்களை உருவாக்குவதில் கில்லாடி. இவரது புத்தகங்கள் பெரும்பாலும் புனைவும் கணிதமும் ஒன்று சேர்ந்தே உருவாக்கப்படுகின்றன. சிமுல் யன் எழுதிய கணிதப் புதிர்களின் தொகுப்புகள் பிரபல மானவை. கணிதமேதை, பியானோ இசைக்கலைஞர், தாவோ சிந்தனையாளர், தர்க்கவாதி என பலமுகங்கள் கொண்டவர் ரேமண்ட்.

இவரது முக்கியப் புத்தகங்கள் The Chess Mysteries of the Arabian Knights, This Book Needs No Title: A Budget of Living Paradoxes, To Mock a Mockingbird and Other Logic Puzzles, The riddle of Scheherazade, and other amazing puzzles.

தர்க்கப் புதிர்களை உருவாக்குவதில் இவருக்கு அதிக ஈடுபாடு உண்டு. எப்படி இந்த ஆர்வம் உருவானது என்ற கேள்விக்கு சிமுல்யன் தனது ஆறு வயதில் நடந்த ஒரு நிகழ்வைக் குறிப்பிடுகிறார்.

1925 ஆம் வருடம் ஏப்ரல் முதல் நாள் அன்று சிமுல்யன் உடல் நலமில்லாமல் படுக்கையில் கிடந்தார். அவரது சகோதரன் எமிலி காலையில் படுக்கையின் அருகில் வந்து சிமுல்யன் இன்று ஏப்ரல் ஒன்று. முட்டாள்களின் தினம். ஆகவே உன்னை ஏமாற்றப்போகிறேன் என்று சொல்லிவிட்டு வெளியே சென்றுவிட்டான்.

எப்போது ஏமாற்றப்போகிறான், எப்படி ஏமாற்றப் போகிறான் என்று புரியாமல் படுக்கையிலே

யோசனையோடு கிடந்தார் சிமுல்யன். இரவுவரை எமிலி அவரைத் தேடி வரவேயில்லை. இரவில் ஆவலை அடக்கமுடியாமல் அம்மாவிடம் தன்னை எமிலி ஏமாற்றுவதாகச் சொன்னான். ஆனால் இன்று முழுவதும் ஏமாற்றவேயில்லை. அது ஏன் என்று கேட்டார். அம்மா எமிலியை அழைத்துக் காரணம் கேட்டார்.

அதற்கு எமிலி, அவனை நான் எப்போதோ ஏமாற்றிவிட்டேனே என்று பதில் சொன்னான். எப்படி ஏமாற்றினான் என்று சிமுல்யனுக்குப் புரியவேயில்லை.

எமிலி அருகில் வந்து சிமுல்யனிடம் கேட்டான்:

நான் உன்னை ஏமாற்றுவதாகச் சொன்னேன். ஆனால் ஏமாற்றவில்லை இல்லையா?

ஆமாம்.

ஏமாற்றுவேன் என்று நீ நம்பினாய். ஆனால் நான் ஏமாற்றவில்லை அப்படித்தானே நடந்தது.

சரி.

அப்படியானால் நான் உன்னை நம்ப வைத்து ஏமாற்றி தானே இருக்கிறேன் என்றான். இந்த தர்க்கம் ஆறுவயதான சிமுல்யனுக்குப் புதிராகவும் வசீகரமாகவும் இருந்தது. அந்த ஆசை அவரைத் தர்க்கவிய லில் ஈடுபாடு கொள்ளச் செய்தது. அன்றிலிருந்து தானாக கணிதப்புதிர்களை உருவாக்கத் துவங்கினார்.

ரேமண்ட் சிமுல்யனின் புதிர்கள் போர்ஹெஸின் கதைகளைப் போல மர்ம முடிச்சுகள் கொண்டவை. தோற்றத்தில் அவை எளிமையாக இருந்தபோதும் விடுவிப்பது சவாலானவை. தனது புதிர்கள் கண்ணாடிக் கோளம் ஒன்றினுள் உள்ள உருவம் போல அழகும் மர்மமும் கொண்டவை என்கிறார் ரேமண்ட்.

உதாரணத்திற்கு ஒரு புதிர் சொல்கிறேன்.

சொர்க்கம், நகரம் இரண்டிற்கும் செல்வதற்கு இரண்டு பெரிய வாசல்கள் இருக்கின்றன. இதில் எந்த வாசல் சொர்க்கத்திற்குச் செல்லும், எது நரகத்திற்குச் செல்லும் என்று தெரியாது. இரண்டின் முன்பும் இரண்டு காவலாளிகள் நிற்கிறார்கள். ஒரு காவலாளி பொய் பேசுகின்றவன். மற்றவன் உண்மையைப் பேசுகின்றவன்.

இந்த வாசலில் போய் நீங்கள் நிற்கிறீர்கள். இப்போது ஒரேயொரு கேள்வி மட்டுமே கேட்க அனுமதிக்கப்படுகிறீர்கள்.

சொர்க்கத்திற்குச் செல்லும் வழியை நீங்கள் எப்படித் தெரிந்து கொள்வீர்கள் என்பதே புதிர்.

“Which door would the other guard say leads to hell?” என்பது இதற்கான விடை.

இது போல இன்னொரு எளிமையான புதிர்!

Brothers and sisters have I none,

But this man’s father is my father’s son.

இதற்கான விடைக்காக வாசகர்கள் மண்டையை உடைத்துக் கொள்ளும்போது அது ஒருவன் தனது கண்ணாடியில் தெரியும் பிம்பத்தைப் பார்த்து தானே சொல்லிக்கொள்வது என்று எளிமையாகப் பதில் தருகிறார் சிமுல்யன்.

சொந்த வாழ்க்கையிலும் இவர் புதிர்களையும் தர்க்கத்தையும் அதிகம் கைக்கொண்டிருக்கிறார். ஒருமுறை இவர் வாசித்த பியானே இசையைக் கேட்டு மயங்கிய ஒரு பெண் பாராட்டுவதற்காக அருகில் வந்தார்.

பாராட்டினை முத்தமாகத் தரமுடியுமா எனக்கேட்டார் சிமுல்யன்.

அந்தப் பெண் கன்னத்தில் முத்தமிட்டபோது ஒரு முத்தம் போதாது. இரண்டு மடங்காக்கி விடுங்கள் என்றார். அவர் இரண்டு முத்தம் தந்தார்.

முழுமையான பாராட்டு என்றால் மேலும் இரண்டு மடங்காகி விடுவது உத்தமம் என்று நீட்டிக் கொண்டே போனார் அதுவும் கிடைத்தது.

இப்படியாக கணக்குப் போட்டு முத்தம் தந்த பெண்ணைத் திருமணம் செய்து கொண்டுவிட்டார். அந்தப் பெண் அவரது மனைவி பிளான்சி, அவரும் ஒரு பியானோ இசைக்கலைஞர்.

இன்ஸ்பெக்டர் கிரக் என்ற ஒரு கதாபாத்திரத்தை சிமுல்யன் உருவாக்கி அதன்வழியே புதிர்களை அவிழ்க்கிறார், துப்பறியும் கதை படிப்படியாகப் புதிர்களை அவிழ்ப்பது சுவாரஸ்யமாக உள்ளது.

தாவோ சிந்தனை மரபில் சிபல்யன் அதிக ஈடுபாடு கொண்டவர். அது குறித்தும் விரிவான நூலை எழுதியிருக்கிறார். சதுரங்க விளையாட்டின் மையமாகக் கொண்டு இவர் உருவாக்கிய The Chess Mysteries of Sherlock Holmes, The Chess Mysteries of the

Arabian Knights போன்ற வை புதிர்கதைமரபின் தொடர்ச்சி போல இருக்கின்றன.

சரி தவறு, ஆம் இல்லை. உண்டு இல்லை என்பது போன்ற எதிர்நிலைகளைக் கடந்து தர்க்கத்தை விரிவு செய்யும் இவரது புதிர்கள் கணித உண்மையின் அடிப்படையில் அமைந்தவை,

The Lady Or the Tiger? என்ற இவரது கணிதப்புதிரில் இரண்டு கதவுகள் இருக்கின்றன. அதில் முதல் கதவில் IN THIS ROOM THERE IS ALADY, AND IN THE OTHER ROOM THERE IS A TIGER என்ற வாசகம் காணப்படுகிறது.

இரண்டாவது கதவில் IN ONE OF THESE ROOMS THERE IS A LADY, AND IN ONE OF THESE ROOMS THERE IS A TIGER வாசகம் உள்ளது. சரியான கதவை எப்படிக் கண்டுபிடித்து உள்ளே போய் பெண்ணை மீட்பது என்பதே புதிர்!

இரண்டு கதவிற்கும் இடையிஃ சாத்தியங்களின் எண்ணிக்கையை வைத்து விளையாடுகிறார் ரேமண்ட்.

தற்போது 93 வயதான சிமுல்யன் கணிதப் புதிர்களைக் குழந்தைகளுக்குக் கற்றுத்தருவதையும் எளிமையான புதிர்களை உருவாக்கி பொது வாசகர்களை உண்மை குறித்து ஆழ்ந்து சிந்திக்க வைப்பதையுமே தனது முதன்மையான விருப்பங்கள் என்கிறார்.

குடக்கூலி வண்டிகள்

காலத்தின் விரல்கள் விநோதமானவை. அவை பொம்ம லாட்டக்காரன் பார்த்துக்கொண்டிருக்கும்போதே பொம்மைகளை மாற்றி வேறு காட்சிகளை உருவாக்கிவிடுவது போல, வாழ்வில் மாறவே மாறாது என்று நம்பிக்கொண்டிருந்த காட்சிகள் யாவையும் கண்முன்னே மாற்றிவிடுகின்றன.

சென்னையின் முந்நூறு வருட காலமாற்றம் தமிழில் இன்றும் முறையாக ஆவணப்படுத்தப்படவில்லை. நான் சென்னையின் வரலாற்றை அடித்தளமாகக் கொண்டு யாமம் எழுதியபோது மதராஸ் குறித்து ஆவணக்காப்பகங்களில் நிறைய தேடி வாசித்தேன். அதில் ஒன்று ஜநவிநோ தினி. 1879ல் வெளியான இதழ். அந்த இதழ் காட்டும் தமிழக வாழ்க்கை விநோதமான இருக்கிறது.

1879ல் சென்னையில் ஜட்கா வண்டிகள் படும்பாட்டைப் பற்றிய ஜநவிநோதினி, ஆவணப்படம் போல கண்முன்னே கொண்டுவந்து காட்டுகிறது. நீங்களே வாசித்துப்பாருங்கள்.

இச்சென்னையில் மைலாப்பூர், திரு அல்லிக்கேணி முதலிய பல பேட்டைகளிலும் இன்னும் இரும்புப்பாதை வண்டிகள் இறங்குமிடங்களிலும் தட்டுவாணிக்குதிரை அல்லது நாட்டுதட்டு குதிரைகள் பூட்டிய ஜட்கா வண்டிகள் என்று வழங்கப்படும் குடக்கூலி வண்டிகள் உண்டென்று அநேகர்க்குத் தெரியுமல்லவா?

அவ்வண்டிகள் அவ்வளவு விசேசமில்லை என்றாலும் சாதாரண ஜனங்களுக்கு விளைகின்ற நன்மை மட்டும் விசேஷமாயிருக்கின்றது. ஆயினும் அவ்வண்டிக்காரர்களுடைய அசாமர்த்தியத்தாலும், அயோக்கியத்தனத் தாலும் அவற்றில் ஏறிப்போகும் பிரயாணிகளுக்கு உண்டாகும் வருத்தமும், அவ்வண்டிக்குதிரைகள் படுகிற கஷ்டமும் சொல்லக் கூடாதவையாகயிருக்கின்றன.

வண்டிக்குள் சொற்பவிடத்திலே நான்கு பேராய் உட்கார்ந்து அதிக நெருக்கத்தால் செம்மையாக உட்காரமுடியாமல் கால் நோவும், இடுப்புநோவுமாய்ப் பிரயாணிகள் வருந்திக்கொண்டு போவது மாத்திரமில்லாமல், வண்டிகள் ஆடுகின்ற ஆட்டத்தில் பூட்டுக்குப்பூட்டு நோவெடுத்து எப்பொழுது இவ்வண்டியை விட்டு இறங்கப்போகிறோம் என்று எண்ணும்படியாகிறது.

அநேக வண்டிகள் பாதியில் வாரறுந்து பின்புறமாய் வீழ்கின்றன. குதிரைகள் கால்மடிந்து வீழ்ந்து முன்புறமாவது கவிழ்கின்றன. அவ் வண்டிக்கார்களுள் அநேகர் துர்மார்க்கர்களாய்த் திரு அல்லிக் கேணிக்கு என்று பேசி வண்டி ஏறிப்போனால், திரு அல்லிக் கேணி கடைத் தெருவில் கொண்டுபோய் நிறுத்தி இதுதான் திரு அல்லிக்கேணி இறங்குங்கள் என்கிறார்கள். பிரயாணிகள் என்ன நியாயம் எடுத்துரைத் தாலும் அவர்கள் கேட்பதில்லை. ஜட்கா வண்டி விவகாரம் போலீஸிற்குப் போகாத நாட்களேயில்லை. இந்தத் தொல்லையைத் தாள முடியாமல் போலீஸ்காரர்கள் இந்த இடத்திற்கு இன்ன கூலி, இறங்கவேண்டிய இடத்தில்தான் இறங்க வேண்டும் என்று ஒருவிதி ஏற்படுத்தியிருக்கிறார்களாம். ஆயினும் அந்த வருத்தங்கள் மட்டும் ஒழியவேயில்லை.

இந்தக் கட்டுரையை படித்துவிட்டு மற்றொரு வாசகர் ஒரு விநோதினிக்கு எழுதிய இன்னொரு கட்டுரை திருச்சிராப்பள்ளியில் வண்டியோட்டிகள் படுத்தும் பாடு.

திருச்சினாப்பள்ளியின் கண்ணுள்ள முக்கியமான புண்ணிய சேக்ஷத்திரங்களுள் சமயபுரமும் ஒன்று. மாரியம்மனுக்குப் பிரார்த்தனை செலுத்த வரும் யாத்ரீகர்கள் திருச்சி கோட்டை ஸ்டேஷனில் வந்திறங்கி இரட்டை மாட்டு வண்டியோ அல்லது ஒற்றை மாட்டு வண்டி யோ அமர்த்திக்கொண்டாவது போவார்கள். இரட்டை மாட்டுவண்டியில் போனால் சற்று காலதாமதம் ஆனாலும் நேராக சமயபுரத்திற்குப் போவதற்கு தடையில்லை.

ஆனால் சொற்ப காசுக்கு ஆசை கொண்டு ஒற்றை மாட்டுவண்டிகளை அமர்த்தி சமயபுரத்தை நாடுவோரது பாடு

அம்பலந்தான். இதற்கு உதாரணமாய் சென்ற சனிக்கிழமை தினம் சென்னை ராஜதானியின் வட கோடியிலிருந்து வந்த சில யாத்ரீகர்கள். தன் மனைவிமாருடனும் குஞ்சு குழந்தைகளுடனும் மூன்று ஒற்றைமாட்டு வண்டிகளை சமயபுரத்திற்குச் சத்தம் பேசியமர்த்திக்கொண்டு புறப்பட்டார்கள். இவ்வண்டியாளர்கள் மூவரும் சுங்கசாவடியண்டை வந்ததும் வண்டியை நிறுத்திவிட்டு வண்டிமாடுகளின் காற்குளம்பு லாடம் விடுபட்டு போயிற்றென்றும் சொல்லினர். யாத்ரிகர்கள் நிஜந்தான்னு நம்பி கீழிறங்கினார்கள். வண்டியொன்றுக்கு பத்தணா வீதம் சத்தம் பேசி வந்த வண்டியாளர் தலைக்கு ஏழு அணா விகிதம் வாங்கிக்கொண்டு வேறு வண்டிபிடித்து சமயபுரம் போகச் சொன்னார்கள்.

இது அநியாயம் என்று பயணிகள் ஆட்சேபம் செய்தார்கள். அப்படித்தான் நடைமுறை. இங்கேயிருந்து வேறு வண்டி அமர்த்திக் கொள்ளவேண்டியது உங்கள் பொறுப்பு என ஒற்றை மாட்டு வண்டிக்காரர்கள் சப்தமிட்டார்கள். சுங்கசாவடி வரை வருவதற்கு ஏழு அணாவா, மோசடியாக இருக்கிறதே என்று யாத்ரீகர்கள் கோபப்பட்டு பிரயோசனமேயில்லை. வண்டிக்காரர் செய்த மோசத்தை சுங்கச் சாவடியில் எப்போதுமிருக்கவேண்டிய டாணாக்காரனிடம் ஒப்பு விக்கலாமென்றாலோ அங்கு எவனுமே யில்லை. மழை வேறு வந்து விட்டது. பாவம், மழையில் எல்லோரு மாக ஒன்றரை மணிநேரம் நனைந்துகொண்டிருந்தனர்.

இவ்விதமான நிலையிலிருந்து யாத்ரீகர்கள் தப்புவது எக்காலமோ தெரியவில்லை.

இந்த இரண்டு காட்சிகளையும் வாசிக்கும்போது கட்டுரையின் மொழி, பயன்படுத்தும் சொற்கள் எவ்வளவு மாறியிருக்கிறது என்பதை அறிந்துகொள்ள முடிகிறது. அதே நேரம் சென்னையில் இப்போதுள்ள ஆட்டோக்காரர்களுக்கு முன்னோடி ஜட்கா வண்டிக்ளே என்பதையும் அறிந்துகொள்ள முடிகிறது.

நூறு வருடம் கழிந்த பின்பும் சென்னையில் சில விஷயங்களின் மாறவேயில்லைதானே?

முராகமி ஓடுகிறார்

"Why do people have to be this lonely? What's the point of it all? Millions of people in this world, all of them yearning, looking to others to satisfy them, yet isolating themselves. Why? Was the earth put here just to nourish human loneliness?"

- **Haruki Murakami**

இளவயதிலே ஓட்டப்பயிற்சி துவங்கிவிட வேண்டும் என்பார்கள். மத்திய வயதில் ஓட்டப்பயிற்சி பெற்று மாரத் தான் பந்தயத்தில் ஓடுவது என்பது எளிதான ஒன்றில்லை. ஜப்பானிய நாவலாசிரியரான முராகமிக்கு திடீரென ஓட்டத்தின் மீது ஆர்வமாகித் தொடர்ந்து பயிற்சி மேற்கொண்டு கடந்த இருபது வருடங்களாக மாரத்தான் ஓட்டங்களில் ஓடிவருகிறார்.

முடிவில்லாமல் ஓடிக்கொண்டிருக்கும் எழுத்தாளன் நான் என்று வேடிக்கையாகக் கூறும் இவர், தனது சலிப்பான அன்றாட வாழ்க்கையே தன்னை ஓடச் செய்தது என்கிறார்.

டோக்கியோவில் உணவகம் ஒன்றினை நடத்தி வந்த முராகமி பிறமொழி இலக்கியங்களை ஜப்பானிய மொழியில் மொழியாக்கம் செய்வதில் துவங்கி மெல்ல படைப்பிலக்கிய வாதியாக உருவாகினார். இன்று நோபல்

பரிசிற்கு சிபாரிசு செய்யப்படும் ஜப்பானிய எழுத்தாளர் என்ற உயர்நிலையை அடைந்திருக்கிறார்.

முராகமியின் ஓட்டப்பந்தய அனுபவங்களை சுவாரஸ்யமாகக் கூறுகிறது, What Talk About When Talk About Running. ஒரு நாளைக்கு பத்து கிலோமீட்டர் என வாரத்திற்கு எழுபது கிலோமீட்டர் தூரம் ஓடுகிறார் முராகமி. தினமும் காலை ஐந்து மணிக்கு எழுந்து ஓடத்துவங்கும் இவர் ஓடுவதன் வழியே மனமும் உடலும் புத்துணர்வு கொண்டுவிடுகின்றது. அதன் பிறகு ஒரு நாளில் பத்து மணி நேரம் எழுதினாலும் சோர்வு ஏற்படுவதில்லை என்கிறார்.

இருபது நீண்ட தூர மாரத்தான் பந்தயங்களில் ஓடியுள்ள முராகமி ஓட்டப்பந்தயம் என்பது ஒரு ஆன்மீக அனுபவம். பந்தயத்தில் ஒருவன் அடையும் வெற்றி என்பது அவன் எவ்வளவு நிமிடங்களுக்கு ஓடி வெற்று பெறுகிறான் என்பது மட்டுமில்லை. மனிதர்களின் உடல் எவ்வளவு வேகமாக ஓடக்கூடியது என்று உலகிற்கு அறிவிக்கப்படும் வெற்றி ஆகவே ஒரு ஓட்டப்பந்தய வீரனின் சாதனையின் வழியே மனித குலமே தன்னை மேம்படுத்திக்கொள்கிறது என்கிறார்.

முராகமி தனது ஓட்டப்பந்தய அனுபவங்களையும் நினைவு களையும் 2005 முதல் கட்டுரைகளாக எழுதிவந்தார். அந்தக் கட்டுரைகளைத் தொகுத்து எடிட் செய்து தனி நூலாக ஆக்கி யிருக்கிறார்கள்.

நீண்ட தூர ஓட்டத்தின்போது உடல் மெல்ல எடையற்றுப்போய் காற்றில் இறகு ஒன்று பறப்பது போல இருப்பதை விவரிக்கும். முராகமி ஓடுகின்ற போது சாலைகள், புற உலகின் தோற்றம் முற்றிலும் வேறுவிதமாக உருமாற்றம் கொள்கிறது என்பதையும் சுட்டிக்காட்டுகிறார். அத்துடன் காலியான மனதுடன் தான் எப்போதுமே ஓடுவதாகவும் மனம் காட்சிகளின் வழியே தன்னை நிரப்பிக்கொள்வதாகவும் கவித்துவமாக நினைவு கூறுகிறார்.

கிரீஸில் உள்ள ஒரு தீவில் இவர் அதிவேகமாக ஓடுவதைக் கண்ட பொதுமக்கள் ஏன் இப்படி ஓடுகிறார் என்று நிறுத்தி நிறுத்தி விசாரித்த அக்கறையை வேடிக்கையோடு நினைவு கொள்ளும் முராகமி, ஓட்டப்பயிற்சிகளின்போது ரிதம் வேண்டும் என்பதற்காக விருப்பமான ஜாஸ் இசையைக் கேட்பது தனது வழக்கம் என்கிறார். இதுவரை தான் ஓடிய பந்தயங்களில் நியூயார்க் மாரத்தானில் கலந்துகொண்டு ஓடியது தனக்கு விருப்பமான ஒன்று. அந்த மாரத்தானில் தான் ஓடியதுதான் அதிகபட்ச வேகமான சாதனை என்றும் கூறுகிறார்.

தன் உடலை முறையாகக் கவனிக்காத ஒருவனால் எழுத்தில் பெரிய சாதனைகளைச் செய்யமுடியாது. டால்ஸ்டாய் ஒரு நாளைக்கு நான்கு மணி நேரம் குதிரையேற்றம் செய்கின்றவர். பதினைந்து மைல் நடக்கின்றவர். அதனால்தான் அவரால் பல ஆயிரம் பக்கங்களை சோர்வில்லாமல் எழுத முடிந்தது என்பதைத் தனது நேர்காணலில் சுட்டிக்காட்டுகிறார். அத்துடன் திபேத்திய புத்தமதத் துறவிகள் மிக நீண்ட தூரத்தை ஒவ்வொரு அடியையும் எண்ணிக்கொண்டே ஓடும் மரபு ஒன்றைக் கொண்டிருக்கிறார்கள். அவர்களால் 300 மைல் வரை ஒரு மாதத்தில் ஓட முடியும் என்றும் முராகமி வியந்து கூறுகிறார்.

கி.மு. 490ல் நடந்த மாரத்தான் போரில் பாரசீகர்களைத் தோற்கடித்த வெற்றிச் செய்தியைத் தெரிவிக்க, பெடிபீடியஸ் என்ற கிரேக்க வீரன், மாரத்தான் நகரில் இருந்து ஏதென்சுக்கு, அதி வேகமாக ஓடிச் சென்றான். தகவலைத் தெரிவித்த சிறிது நேரத்தில் அந்த இடத்திலேயே மயங்கி இறந்து போனான் என கூறப்படுகிறது. இத்தகவலை உறுதிப்படுத்த ஆவணம் ஏதும் இல்லை.

மாரத்தான் போர்க்களத்தில் இருந்து ஏதென்சுக்கு உள்ள தொலைவு 34.5 கி.மீ அல்லது 21.4 மைல்கள் ஆகும். இந்த இடைப்பட்ட தூரத்தை ஓடிக்கடப்பதைத் தடகள வீரர்கள் பெருமையாகக் கருதுகிறார்கள். மாரத்தான் போட்டிகள் முதன்முதலில் 1896ல் நவீன ஒலிம்பிக் போட்டிகளில் சேர்த்துக்கொள்ளப்பட்டது.

முராகமியின் எழுத்து மிகைபுனைவும் யதார்த்தமும் ஒன்று கலந்தது. ஒருவகையில் இவரை ஜப்பானின் காப்கா என்றே கூற வேண்டும். காப்கா அளவிற்கு இருண்ட உலகைச் சித்தரிக்கவில்லை என்றாலும் உறவுகளின் கசப்புத்தன்மை குறித்தும், தனிமையை ஆழமாக உணரும் தன்மையிலும், அந்நியமாகும் மனநிலையிலும் இவர் காப்காவிற்கு நெருக்கமாக உள்ளார்.

மேஜிக்கல் ரியலிசக் கதைகள் போல இவை தோற்றம் கொண்டாலும் ஜப்பானிய மரபின் தொடர்ச்சியாக உள்ள கதைகூறும் முறையே இவரிடம் காணப்படுகிறது. ஜப்பானில் பேய்க்கதைகளும், தேவதைகளும் நவீன இலக்கியத்தில் மறு உருவம் பெற்றுவருகின்றன. அதன் புதிய வடிவமாக முராகமியின் சிறுகதைகள் உள்ளன. சர்ரியலிசக்கூறுகள் கொண்ட இவற்றைப் பின்நவீனத்துவ கதைகளாக வகைப்படுத்துகிறார்கள்.

மேற்கத்திய இசையே அவரது படைப்பின் உந்துதல். சிறுவயதிலே மேற்கத்திய இசை ரசிகராகத் தன்னை வளர்த்துக் கொண்ட

முராகமி சில காலம் இசைத்தட்டுகள் விற்கும் கடையொன்றில் பணியாற்றியிருக்கிறார். டோக்கியோவில் ஒரு ஜாஸ் பார் ஒன்றினை நடத்தி வந்தார் முராகமி. ஜாஸ் இசையை நாள் முழுவதும் கேட்பதற்காகவே தான் அந்தப் பாரை நடத்தியதாகக் கூறுகிறார்.

ஹருகி தன் எழுத்துகளில் விசித்திரமான கதாபாத்திரங்களையே அதிகம் உருவாக்குகிறார். அவரது கதாபாத்திரங்கள் அன்றாட உலகில் இருந்து பெரிதும் விலகிப் போனவர்கள், கற்பனையிலே தான் வாழ்கிறார்கள். அவரது நாவலில் வரும் டோரு ஒக்கடா எனும் கதாபாத்திரம் வேலையற்றவர். தனது சலிப்பைப் போக்கிக் கொள்ள இவர் கிணற்றுக்குள் இறங்கி அங்கேயே தங்கிக் கொள்கிறார். ஒரு தவளை போல தான் வாழ முயற்சிப்பதாக உணர்கிறார், கிணற்றிற்குள் இருந்து ஒரு மாய உலகினை நோக்கி கனவின் வழியே நகர்ந்து போக முயற்சிக்கிறார். இன்னொரு கதாபாத்திரமான மே கஷாரா ஒவ்வொரு ஆணின் தலைமுடியும் வழுக்கையாவதற்கு முன்பு எப்படிக் கொஞ்சம் கொஞ்சமாக நிறம் மாறுகிறது என்பதை ஏபிசி எனத் தரம் பிரிக்கும் கணக்கெடுப்பில் பணியாற்றுகின்றார். இப்படியான விசித்திரமான புனைவுலகைக் கொண்டது முராகமியின் எழுத்துலகம்.

இவரது The Wind Up Bird Chronicle நாவல் ஒரு பூனை காணாமல் போவதில் துவங்கி மெல்ல இரண்டாம் உலகப்போரில் நிகழ்ந்த சம்பவங்களின் நினைவுத்தொகுப்பாக விரிவு கொள்கிறது. குறிப்பாக, சைபீரியச் சிறையில் நடைபெற்ற வன்கொடுமைகள், சீன ராணுவத்தின் வன்முறை என பல அடுக்குகளில் பயணிக்கின்றது. கதையில் வரும் கதாபாத்திரங்களில் பெரும்பான்மையினர் வினோத மனநிலை கொண்டவர்களாக இருக்கிறார்கள்.

இவரது நாவல்களில் அதிகம் புகழ்பெற்றது, Kafka on the Shore, இதுவும் காணமல் போன பூனையைத் தேடும் ஒருவனைப் பற்றியதே. பூனை ஒன்றினைத் தேடிப்போய் வயதான டிரக் டிரைவருடன் நட்பு கொள்கிறான் நகதா. இது ஒரு தளத்திலும் இன்னொரு தளத்தில் வீட்டை விட்டு ஓடி நூலகம் ஒன்றில் ஒளிந்து கொண்டு அராபிய இரவுகளை வாசிக்கும் காப்கா தமுராவின் கதையும் கூறப்படுகிறது. இரண்டு கதைத்தளத்திலும் தனிமையும் அதனால் உருவான மனக்கொந்தளிப்புகளுமே முதன்மையாக விவரிக்கப்படுகின்றன இந்த நாவல் காப்கா இலக்கிய விருது பெற்றிருக்கிறது.

முராகமியின் உலகம் பெண்களால் நிரம்பியது. அந்தப் பெண்கள் அபூர்வமான தன்மை கொண்டவர்கள். ஒருவகையில்

தஸ்தாயெவ்ஸ்கியின் நாவலில் வரும் பெண்களைப் போன்றவர்கள், கதைகளில் வரும் ஆண்களோ குழப்பமும் தனிமையும் அகச்சிக்கலும் கொண்டவர்கள். முராகமி யதார்த்த வாழ்வின் சலிப்பிலிருந்து நம்மைக் காப்பாற்றுவது கற்பனை மட்டுமே என்கிறார்.

இவரது After dark நாவல் ஒரு நாளின் இரவு முழுவதும் உறங்காமல் விழித்திருக்கும் ஒரு கதாபாத்திரத்தின் வழியே முழு இரவின் கதையைக் கூறுகிறது. மேரி, எரி என்கின்ற இரு சகோதரிகளைச் சுற்றியே கதை நிகழ்கின்றது. மேரி டோக்கியோவில் உள்ள ஒரு உணவகத்தில் ஒருநாளின் இரவு காத்திருக்கத் துவங்குகிறாள். மறுநாள் காலை அவள் வீடு திரும்பும்வரை அந்த இரவில் நடைபெறும் அத்தனை சம்பவங்களையும் நாவல் துல்லியமாக விவரிக்கிறது.

தமிழில் ஹருகி முராகமியின் சிறுகதைகள் மொழிபெயர்க்கப்பட்டு 'நூறு சதவீதப் பொருத்தமான யுவதியை ஓர் அழகான ஏப்ரல் காலையில் பார்த்தபோது...' என்ற தலைப்பில் வெளியாகி உள்ளது, இந்தக் கதைகளை மொழியாக்கம் செய்தவர்கள் ஜி.குப்புசாமி, செழியன் மற்றும் ராஜகோபால்.

ஹருகி முராகமி பூனைகளைப் பற்றி நிறைய எழுதியிருக்கிறார். பூனைகள் எப்போதுமே மற்றவரின் அரவணைப்பிற்காக காத்திருக்கின்றன. மனிதர்களை அண்டி வாழ்கின்றன. நாமும் அது போன்ற ஒரு மனநிலையில்தானிருக்கிறோம். ஆறுதலாக நம்மைத் தடவிக் கொடுக்கும் கரங்களைத் தேடி அலைந்து கொண்டிருக் கிறோம் என்கிறார் முராகமி.

ஹருகி முராகமியின் ஆதர்ச எழுத்தாளர் ரேமண்ட் கார்வர் அவரது சிறுகதைகள் தந்த பாதிப்பில்தான் முராகமி எழுத்தாரளாக உருமாறினார், கார்வரின் What We Talk About When We Talk About Love என்ற தலைப்பைத்தான் உருமாற்றி What I Talk About When I Talk About Running என தனது புத்தகத்திற்கு வைத்திருக்கிறார். இன்று முராகமியின் புத்தகங்கள் 42 மொழிகளில் வெளியாகி உள்ளன.

அவரது சமீபத்தைய நாவலான மினி84 ஜப்பானில் வெளியான முதல் மாதத்தில் பத்து லட்சம் பிரதிகள் விற்றுள்ளன. இத்துடன் அதன் ஆங்கில மொழிபெயர்ப்பு வெளியாகின்ற நாளில் புத்தகக் கடை வாசலில் பெரும்திரளாக வாசகர்கள் குவிந்துவிடவே, நள்ளிரவில் கடை திறக்கப்பட்டு நாவல் விற்பனை செய்யப் பட்டிருக்கிறது. அமெரிக்காவில் மட்டும் இந்த நாவல் 25 லட்சம் பிரதிகள் விற்றுள்ளன.

ஓட்டமோ, எழுத்தோ எதுவாக இருந்தாலும் இரண்டின் அடிப்படையிலும் இருக்கும் ஒற்றை உண்மை, வேதனைதான் மனிதனை செழுமைப்படுத்துகிறது என்பதே தனது வலிகளைத்தான் எழுத்தாளன் படைப்புகளாக மாற்றுகிறான். அதே வலிதான் உடலை உறுதிப்படுத்துகிறது. ஆகவே வலியும் அனுபவமும் ஒன்றோடு ஒன்று கைகோர்த்துச் செல்லக்கூடியவை.

ஒரு படைப்பாளியை உருவாக்குவதில் அவனது வலிகளுக்கும் துயரங்களுக்கும் முக்கிய பங்கிருக்கிறது. ஆகவே அவற்றை அனுபவித்து அதிலிருந்து பெற்ற அனுபவத்தை முழுமையாக உள்வாங்கிக்கொண்டே எழுத்தாளன் உருவாகிறான்.

Happiness is an allegory, unhappiness a story என்கிறார் முராகமி. இதுதான் எழுத்தின் முதல் பாடம்

ஷேக்ஸ்பியரின் பறவைகள்

The birds of Shakespeare என்ற நூலை வாசித்தேன். ஷேக்ஸ்பியர் தனது நாடகங்களில் 74 விதமான பறவைகளைப் பற்றி குறிப்பிட்டிருக்கிறார் என்கிறார்கள்.

Blackbird, Bunting, Buzzard, Chough, Cock, Cormorant, Crow, Cuckoo, Dive-dapper, Dove and Pigeon, Duck, Eagle, Estridge, Eyasmusket, Guinea-hen, Handsaw Falcon and Sparrowhawk, Finch, Goose, Hedge Sparrow, House Martin, Jackdaw, Jay, Kite, Lapwing, Lark, Loon, Magpie, Nightingale, Osprey, Ostrich, Owl, Parrot, Partridge, Peacock, Pelican, Pheasant, Quail, Raven, Robin, Snipe, Sparrow, Starling, Swallow, Swan, Scamels Thrush, Turkey, Vulture, Wagtail, Woodcock and the Wren என நீள்கிறது இந்தப்பட்டியல்.

இந்தப் பறவைகளை அடையாளம் கண்டு The birds of Shakespeare எனத் தனியே தொகுத்திருக்கிறார் Archibald Geiki.

நூறு ஆண்டுகளுக்கு முன்பாக ஷேக்ஸ்பியர் ஆர்வலரான Eugene Schieffelin ஷேக்ஸ்பியர் குறிப்பிட்டுள்ள பறவைகள் அத்தனையும் அமெரிக்காவிற்குத் தேவை என்று முடிவு செய்து தனது சொந்தப் பணத்தில் அவற்றைச் சேகரித்து அமெரிக்காவில் உள்ள தேசியக் காப்பகங்களில் பறக்க விட்டிருக்கிறார். அவை இன்று பல்கிப் பெருகி அமெரிக்காவெங்கும் வசிக்கின்றன. இலக்கியத்தின் மீதான ஈடுபாடு எப்படியான செயல்முறையாக மாறுகிறது பாருங்கள்.

இன்று ஷேக்ஸ்பியர் குறிப்பிட்ட பல பறவை இனங்கள் அழியும் நிலையில் இருக்கின்றன. அதில் முக்கியமானது குருவிகள், 1852ம் ஆண்டுதான் குருவிகள் ஆஸ்திரேலியாவிற்கு அறிமுகமானது என்கிறார்கள். வட அமெரிக்காவிற்கு Schieffelin 1851ல் வீட்டுக்குருவிகளை அறிமுகம் செய்திருக்கிறார்.

Hamlet, As You Like It, The Tempest, Trolus and Cressida ஆகிய நான்கு நாடகங்களிலும் குருவிகள் பற்றி ஷேக்ஸ்பியர் எழுதியிருக்கிறார்

இதில் ஹாம்லெட்டில் there is special providence in the fall of a sparrow (Hamlet - V, 2) என்ற புகழ்மிக்க வரி இடம்பெற்றுள்ளது, இது பைபிளில் வரும் மத்தேயு சொல்லும் குருவி பற்றிய வரிகளின் நினைவில் எழுதப்பட்டிருக்கிறது.

ஷேக்ஸ்பியர் போல எழுத்தாளர் கி. ராஜநாராயணன் அவர்கள் படைப்பில் இடம்பெற்றுள்ள பறவைகளையும் தனியே தொகுக்கலாம். அவ்வளவு எழுதியிருக்கிறார். கரிசல்காட்டில் வாழும் பறவைகளின் உலகம் பற்றி முழுமையாக எழுத்தில் பதிவு செய்திருப்பவர் அவரே.

காசியின் படித்துறைகளில் குருவிகளின் பெரும்படையொன்று ஒன்றையொன்று துரத்திப் போவதைப் பல நாட்கள் கண்டிருக்கிறேன். மாலை நேரங்களில் எல்லாப் படித்துறைகளிலும் இதைக் காண ஒரு கூட்டமே காத்துக்கிடக்கும். கங்கையின் மீது பறந்தபடியே அந்தக் குருவிகள் செய்யும் ஜாலம் அபாரமானது.

அலை அலையாக வானில் சுழன்று செல்லும் குருவிகளின் ஒன்றிணைந்த நடனத்தைக் காணப் பரவசமாக இருக்கும். இந்தக் குருவிகள் எங்கிருந்து வருகின்றன எங்கே செல்கின்றன என்று அறிய முடியாது. ஆனால் அவை வானில் சேர்ந்து நடனமாடுகின்றன. கீச்சிட்டுப் பறக்கின்றன. ஆற்றில் விழுந்துவிடுவது போல பாவனை செய்கின்றன. குருவியின் வீழ்ச்சி நடனத்தின் உச்சம் போலவேயிருக்கிறது.

இன்று நகரங்களில் குருவிகளைக் காண்பது அரிதாகிவருகிறது.

சிட்டுக்குருவிகள் அழிந்து வருவதற்கான முக்கிய காரணங்களாகச் சொல்லப்படுபவை. கூடு கட்டுவதற்கு வசதியான கட்டிடங்கள், கூரைகள் இல்லாமல் போனது. பூச்சிக்கொல்லி மருந்துகள் தெளிக்கப்பட்ட உணவு தானியங்கள், காற்று மாசுபடல் மற்றும் ரசாயனக் கழிவு புகையால் ஏற்படும் நெருக்கடி, வணிக காரணங் களால் இயற்கைச் சூழல் அழிக்கப்படுவது. மற்றும் செல்போன் டவரின் கதிரியக்கத்தால் ஏற்படும் அழிவு. உலகெங்கும்

குருவிகள் அழிந்து வரும் இனமாக அறிவிக்கப்பட்டு பாதுகாப்பு நடவடிக்கைகள் எடுக்கப்பட்டு வருகின்றன.

டெல்லியில் அடிபட்ட பறவைகளுக்கு உதவி செய்ய ஜெயின் மருத்துவமனை ஒன்றிருக்கிறது. அங்கே பல்வேறுவிதமான பறவைகள் உணவு மற்றும் குடிநீர் தரப்பட்டு பராமரிக்கப்பட்டு வருகின்றன. இது போன்ற பறவைகளுக்கான மருத்துவமனைகள் இந்தியாவெங்கும் அவசியம் தேவை என்றே தோன்றுகிறது.

ஷேக்ஸ்பியர் காலத்தில் இருந்த ஒரே ஆவண பதிவு தேவாலயத்தில் உள்ள பதிவேடுகள் மட்டுமே. அந்தப் பதிவேட்டில் அவரது திருமண நாள் மற்றும் அவரது மகன் இறந்துபோன தேதி மற்றும் அவர் இறந்து போன தேதி பதிவாகி உள்ளது. மற்றவகையில் அவரைப்பற்றிய அதிக குறிப்புகள் எதுவுமில்லை. ஷேக்ஸ்பியரின் உருவமும் கூட பல்வேறு குறிப்புகளின் அடிப்படையில் வரையப்பட்டதே அன்றி அது துல்லியமானதில்லை. எல்லா சித்திரங்களிலும் ஷேக்ஸ்பியர் நடுத்தர வயதுக்காரராகவே சித்தரிக்கப்படுகிறார். திருவள்ளுவருக்கு எப்படி கற்பனையாக ஒரு உருவம் கொடுத்தார்களோ அது போல தான் இன்றைய ஷேக்ஸ்பியர் உருச்சித்திரமும் உள்ளது.

இங்கிலாந்து அரசராக இருந்த எட்டாம் ஹென்றிக்கு ஆண் வாரிசு இல்லாமல் போகவே அவர் ஆண் குழந்தை வேண்டி தனது பட்டத்து அரசியான காதரீனை விவாகரத்து செய்துவிட்டு ஆனி போல்யன் என்ற பிரபு வம்சத்துப் பெண்ணை இரண்டாவதாகத் திருமணம் செய்து கொள்ள விரும்பினார். அதற்கு ரோமில் இருந்த திருச்சபை அனுமதியளிக்கவில்லை. அதனால் ஆத்திரமான மன்னர் திருச்சபையின் அதிகாரங்களை ரத்து செய்ததோடு, தானே கிறிஸ்துவ சபையின் முழு அதிகாரம் கொண்டவன் என்று அறிவித்ததோடு அதுவரை இருந்த கார்டினலின் அதிகாரத்தைப் பறித்தார்.

அது மக்களிடமும் ரோம திருச்சபையிடமும் பலத்த எதிர்ப்பை உருவாக்கியது. அத்தோடு எட்டாம் ஹென்றியின் வழிகாட்டியாகவும் மந்திரியாகவுமிருந்த தாமஸ் மோர் அந்த நடவடிக்கையை ஆதரிக்கவில்லை. அதன் காரணமாக இருவருக்குள்ளும் கருத்து வேறுபாடு உருவானது. ஆனால் எட்டாம் ஹென்றியோ எல்லா எதிர்ப்புகளையும் மீறி ஆனியை இரண்டாம் திருமணம் செய்து கொண்டார். தாமஸ் மோர் அதைக் கடுமையாக எதிர்க்கவே அவருக்கு மரணதண்டனை விதித்தார் அரசர் (தாமஸ் மோரின் வாழ்வை விவரிக்கும் A Man for All Seasons என்ற ஹாலிவுட்

திரைப்படம் மிகச்சிறப்பானது. ஆறு ஆஸ்கார் விருதுகள் பெற்ற இத்திரைப்படம் சரித்திர சித்தரிப்பில் ஒரு முன்னோடியாக இன்று வரை இருந்து வருகிறது).

எல்லா எதிர்ப்புகளை மீறி 1532இல் ஆனியைத் திருமணம் செய்து கொண்ட போதும் அவள் ஒரு ஆண் குழந்தையை பெற்று தரவில்லை. மாறாக, அவளுக்குப் பெண் குழந்தை பிறந்தது. எலிசபெத் என்று அந்தக் குழந்தைக்குப் பெயரிட்டார்கள். அதன் சில மாதங்களில் அவள் மீண்டும் கருவுற்றாள். ஆனால் அந்தக் கர்ப்பம் சில வாரங்களில் கலைந்து போய்விட்டது. அதனால் ஆத்திரமுற்ற ஹென்றி அவளை விட்டுக் கொஞ்சம் கொஞ்சமாக ஒதுங்கத் துவங்கினார். அவரது கள்ள உறவுகள் வலுப்படத் துவங்கின. இதற்கு ஆனி இடையூறாக இருக்கவே, அவளை சிரச்சேதம் செய்ய உத்தரவிட்டார் ஹென்றி.

அதன் தொடர்ச்சியாக அவர் ஜேன் செமோர் என்ற பெண்ணை மூன்றாவது முறையாகத் திருமணம் செய்து கொண்டார். அவள் வழியாக 1537ல் ஹென்றிக்கு ஒரு ஆண் குழந்தை பிறந்தது. ஆனால் பிரசவத்தில் ஏற்பட்ட உடல்நலக் குறைபாடு காரணமாக ஜேன் மரணமடைந்தாள். அவளது குழந்தை எட்வர்ட், இளவரசராக அறிவிக்கப்பட்டார்.

இது நடந்து இரண்டு ஆண்டுகள் வரை ஹென்றி மறுமணம் செய்துகொள்ளவில்லை ஆனால் 1540 ல் அரசியல் காரணங்களுக்காக ஜெர்மானிய இளவரசியான ஆனியை திருமணம் செய்து கொண்டார். இந்த திருமண வாழ்வு அவர் விரும்பியபடி அமையவில்லை. ஆகவே அவளையும் விவாகரத்து செய்துவிட்டு தனது ஐம்பதாவது வயதில் ஐந்தாவது திருமணம் செய்து கொண்டார். அந்தப் பெண் ஆனிபோல்யனின் சகோதரி. ஆனால் சில மாதங்களிலே அவளுக்கு ரகசிய காதலர்கள் பலர் இருக்கிறார்கள் என்று சந்தேகப்பட்ட ஹென்றி அவளது சகோதரியைப் போலவே சிரச்சேதம் செய்ய உத்தரவிட்டார்.

இறுதியாக ஹென்றி நோய்வாய்ப்பட்ட நாட்களில் அவருக்குத் துணை செய்த கேதரீன் பார் என்ற பெண்ணை ஆறாவதாகத் திருமணம் செய்து கொண்டார். இப்படி ஹென்றியால் ஏற்பட்ட குழப்பம் இங்கிலாந்தின் அரியணையில் பெரிய புயலை ஏற்படுத்தியது. யார் அவர்களது எதிர்கால மன்னர் என்ற குழப்பம் ஏற்பட்டது. இதனால் உள்கலகங்கள் தோன்றின. 1547ல் ஹென்றி இறந்து போகவே, அவரது வாரிசாக அரியணை ஏற்றார் எட்வர்ட். அவர் ஆறு ஆண்டுகள் பதவி வகித்து இறந்து போகவே அவரது

சகோதரியும் ஹென்றியின் முதல் மனைவியின் வழியில் பிறந்த மகளான மேரி அரசியாக அறிவிக்கப்பட்டாள். அவள் ரோமானிய திருச்சபையை மீறி ஹென்றி செய்த காரியங்கள் யாவையும் தடை செய்ததோடு, திருச்சபையை மீறியவர்கள் அத்தனை பேரையும் உயிரோடு தீ வைத்து எரித்தாள். இதனால் மக்கள் அவளை bloody mary அழைத்தனர்.

அவளது மரணத்திற்குப் பிறகு இளவரசியான எலிசபெத் பதவிக்கு வந்தாள். அவளது காலம் இங்கிலாந்து அரசமரபில் தனித்துவமானதாக எலிசபெத் ஆட்சிகாலம் என்று வகைப்படுத்தப் படுகிறது. எலிசபெத் பதவியேற்றுக்கொண்டதும் அரசினை வழிநடத்துவதற்கு தகுதியானவர்களைத் தனது ஆலோசர்களாக வைத்துக்கொண்டாள். அவளுக்கு இசையிலும் நாடகத்திலும் மிகுந்த ஈடுபாடு இருந்தது. அதனால் கலைகளின் வளர்ச்சிக்கு மிகுந்த உதவி செய்தாள். ஹென்றி அரசர் ஏற்படுத்திய சீர்திருத்த திருச்சபையைத் திரும்பும் நிறுவினாள். அவளது ஆட்சிகாலத்தில் லண்டனின் மக்கள் தொகை இரண்டு லட்சம் பேர். அவள் மிக தைரியமாகவும் நேரடியாகவும் எடுத்த அரசியல் முடிவுகள் அவளை அதிகாரத்தின் உச்சத்திற்குக் கொண்டு சென்றது. இவளது வாழ்க்கை வரலாற்றை எலிசபெத்' என்ற பெயரில் சேகர் கபூர் திரைப்படமாக இயக்கி உள்ளார்

எலிசபெத் காலத்தைய மக்கள் வாழ்வு மூன்று நிலைகளில் இருந்தன. பிரபுகள் எப்போதும் போல உயர்ந்த வசதியுடன் ஆடம்பரத்துடன் வாழ்ந்தனர். அடுத்ததாக வணிகர்களும் கலைஞர்களும் சிறப்போடு வாழ்ந்தார்கள். எளிய மக்களின் வாழ்வு எப்போதும் போலவே சிக்கல்களும் பிரச்சினைகளும் நிரம்பியதாக இருந்தது.

பொதுமக்களின் பிரதான உணவாக ரொட்டியும் சூப்புமிருந்தன. வாரத்தில் புதன், சனி இரண்டு நாட்களிலும் மாமிசம் சாப்பிடுவதை மக்கள் தவிர்த்தனர். அந்த இரண்டு நாட்கள் மீன் சாப்பிடும் நாட்கள் என்று அழைக்கப்பட்டன. இந்த நாட்களுக்காகவே சிறப்புவகை மீன்கள் விற்கப்பட்டன. ஆடு, மாடு, பன்றி, மான், முயல், காடை, வாத்து, புறா, கோழி போன்றவற்றை உண்பதில் மக்கள் மிக ஆர்வம் காட்டினர். ஒயின், ரம் மற்றும் விஸ்கி குடிக்கும் பழக்கம் யாவரிடமும் இருந்தது. பல்வேறு வகையான ஒயின்கள் இதற்காகவே இத்தாலியிலிருந்து இறக்குமதி செய்யப் பட்டன. ஆண்களும் பெண்களும் பகட்டாக உடையணியும் பழக்கமிருந்தது. குறிப்பாக, விருந்திற்கான சிறப்பு உடைகள்

கட்டயாமாகயிருந்தன. அது போலவே வேட்டையாடு தலும் வனவிருந்தும் முக்கியமானதாகக் கருதப்பட்டன.

சிறிய குற்றங்களுக்குக்கூட கடுமையாகத் தண்டனை வழங்கும் முறைகளிருந்தன. யாரைப் பற்றியாவது அவதூறு பேசினால் கூட அது கடுமையான குற்றமாக எடுத்துக் கொள்ளப்பட்டு விடும். அதற்குத் தண்டனையாக கழுத்தில் மிகப்பெரிய இரும்புக் கூண்டை மாட்டிவிடுவார்கள். அதுபோலவே திருடியவனின் கையைத் துண்டிப்பது, பொய் சொல்பவர்களின் நாக்கைத் துண்டிப்பது போன்றவை வழக்கத்திலிருந்தன.

மக்கள் விளையாட்டிலும் இசையிலும் மிகுந்த ஆர்வம் காட்டினர். 1576ல் லண்டனில் முதல்முறையாக பொது நாடக அரங்கம் உருவாக்கப்பட்டது. அது முதல் லண்டனில் நாடகம் பிரதான வடிவமாக வளரத் துவங்கியது. அரச சபை விழாக்களுக்கு என்று சிறப்பாக நாடகங்கள் நிகழ்த்தப்பட்டன. ஷேக்ஸ்பியர் கூட எலிசபெத் அரசியின் விழாவில் நாடகம் நிகழ்த்தியிருக்கிறார். ஆனால் எலிசபெத் பற்றி அவரது நாடகங்களில் அதிக குறிப்புகளில்லை. அவளது மரணத்தின் போது ஷேக்ஸ்பியர் இரங்கற்பா பாடவுமில்லை.

1603ல் எலிசபெத் அரசி இறந்து போகவே அரியணைக்கு நேரடி வாரிசுகள் இல்லாமல் போனார்கள். ஸ்காட்லாந்தின் அரச குடும்பத்தைச் சேர்ந்த ஜேம்ஸ் இங்கிலாந்தின் மன்னராகப் பட்டம் சூடினார். இங்கிலாந்தின் வரலாற்றில் ஸ்காட்லாந்தை சேர்ந்த ஒருவர் மன்னராவது மிகுந்த சர்ச்சைக்கு உள்ளானது.

ஜேம்ஸ் கடவுளின் பிரதிநிதியாகவே மன்னர்கள் செயல்பட வேண்டும் என்று விரும்பினார். ஆகவே இவரது கவனம் முழுவதும் திருச்சபை பணிகளிலே இருந்தது. 1604ல் இவர் 50 அறிஞர்கள் கொண்ட குழுவை நியமித்து எபிரேகு மொழியிலிருந்து பைபிளை மூல அர்த்தம் சிதையாமல் மொழிபெயர்த்து அதை அதற்கு முந்திய மொழிபெயர்ப்புகளோடு ஒப்பு நோக்கி சீரான பதிப்பாக வெளியிட ஏற்பாடு செய்தார். 1611ல் வெளியான அந்த பைபிள் பதிப்பே இன்று வரை நடைமுறையில் உள்ள ஜேம்ஸ் பதிப்பு ஆகும்.

அரசியல் மற்றும் திருச்சபைகளின் குழப்பமான காலமான 1564 ஏப்ரலில் ஷேக்ஸ்பியர் இங்கிலாந்தின் ஸ்ட்ராட்போர்டு அபான் அவோன் என்ற கிராமத்தில் பிறந்தார். ஷேக்ஸ்பியரின் அப்பா ஒரு தோல் பொருள்கள் விற்பனையாளர். அந்தக் கிராமத்தில் அப்போது 200 வீடுகளும் 1500 பேருமே இருந்தார்கள். ஷேக்ஸ்பியர்

பிறந்த நாள் துல்லியமாகப் பதிவு செய்யப்படவில்லை. நல்ல நாளில் திருச்சபைக்கு எடுத்துச் சென்று பலி தரும் வழக்கத்தின்படியே அவர் ஒரு நாளில் தேவாலயத்துக்குக் கொண்டுசெல்லப்பட்டதாக குறிப்புகள் கூறுகின்றன. ஷேக்ஸ்பியரின் அப்பா ஜான் ஷேக்ஸ்பியர், அம்மா மேரி ஆர்டன். இருவருமே படிப்பறிவு அற்றவர்கள்.

அன்றைய இங்கிலாந்தின் மரபின்படி கடவுளுக்குப் பயந்த குடும்பமாக இருந்தது ஷேக்ஸ்பியரின் வீடு. மூன்றாவது பிள்ளையாக பிறந்தார் ஷேக்ஸ்பியர். அவர் பிறந்த சில மாதங்களில் லண்டனில் பிளேக் நோய் பரவி ஆயிரக்கணக்கில் மக்கள் பலியானார்கள். அந்த நாட்களில் குழந்தையான ஷேக்ஸ்பியரைப் பாதுகாக்க அவரது தாய் மிகுந்த சிரமத்திற்கு உள்ளானார். ஜான் ஷேக்ஸ்பியர் பிளேக் நோயை போக்குவதற்கான மருத்துவ உதவிகளுக்காக நிறைய பணம் உதவிகள் செய்திருக்கிறார். இதற்கான ரசீதுகளில் ஒன்று பின்னாளில் கண்டுபிடிக்கப்பட்டிருக்கிறது.

ஷேக்ஸ்பியருக்கு சிறுவயதிலே இசையில் ஆர்வம் உண்டாகி யிருக்கிறது. ஷேக்ஸ்பியர் காலத்தில் ஆசிரியர்கள் வீடு தேடிவந்து கணிதம் மற்றும் லத்தீன் பாடங்களைக் குழந்தைகளுக்குக் கற்பிப்பதுதான் வழக்கம். அதுவும் கல்வி கற்றுக்கொள்வது மிகுந்த ஆடம்பரமானதாகக் கருதப்பட்டது. ஷேக்ஸ்பியரை அவரது அப்பா இலக்கணப் பள்ளி ஒன்றில் சேர்க்க ஆசைப்பட்டார். அதற்குக் காரணம் ஷேக்ஸ்பியர் காலத்தில்தான் பள்ளியில் முதன்முதலாக கரும்பலகைகள் அறிமுகப்படுத்தப்பட்டதும் ஆசிரியர்கள் கரும்பலகையை உபயோகித்து கற்றுத் தருகிறார்கள் என்பதும் ஆச்சரியமூட்டுவதாக இருந்தது. அதற்காகவே ஷேக்ஸ்பியரை அவரது ஏழாவது வயதில் அந்தப் பள்ளியில் சேர்ந்து படிக்க அனுப்பி வைத்தார் அவரது அப்பா.

ஷேக்ஸ்பியரின் பள்ளி இன்றைக்கும் சிறந்த கல்வி நிலையமாக இருந்து வருகிறது. பள்ளிப் படிப்பை முடித்த பிறகு ஷேக்ஸ்பியர் என்ன செய்தார் என்பதோ அவர் எதற்காக லண்டனுக்குப் புறப்பட்டார் என்பதோ தெளிவான காரணத்தோடு தெரியவில்லை. ஆனால் ஷேக்ஸ்பியர் தனது பதினெட்டாவது வயதில் தன்னை விட 8 வயது மூத்தவரான ஆனியைக் காதலித்து திருமணம் செய்து கொண்டார். அவரது திருமணத்தின்போது ஆனி மூன்று மாத கர்ப்பமாக இருந்ததாக தேவாலயக் குறிப்பேடு கூறுகிறது.

ஷேக்ஸ்பியருக்கு மூன்று பிள்ளைகள். மூத்தவள் சுசனா. இரண்டாவது இரட்டை பிள்ளைகள். அதில் ஹாம்னெட் என்ற பையன், ஜூடித் என்ற பெண். ஹாம்னெட் தனது ஏழாவது வயதில்

இறந்து போய்விட்டான் என்றும் அவனைப் புதைப்பதற்காக தேவாலயத்தில் அனுமதி கேட்ட குறிப்பும் பதிவேட்டில் காணப்படுகிறது.

தனது இருபது வயதில் கவிதைகள் எழுதவும் நடிக்கவும் துவங்கிய ஷேக்ஸ்பியர் லண்டனில் ஒரு நடிகராகவே தனது வாழ்வைத் துவக்கினார். அவருக்கு ஹென்றி ரியோத்ஸ்லே என்ற சவுத் ஹாம்டன் பிரபுவின் நட்பும், ஹென்றி ஹெபர்ட் என்ற பெம்பிரோக் பிரபுவின் நட்பும் கிடைத்தது. அவர்கள் ஷேக்ஸ்பியரின் புரவலர்களாக இருந்தனர். இதில் ஹென்றிக்கும் ஷேக்ஸ்பியருக்கும் இடையில் ஓரினக் கவர்ச்சியிருந்ததாகவும் ஷேக்ஸ்பியரின் கவிதைகள் ஓரினச்சேர்க்கையினை வெளிப்படுத்துவதாகவும் ஆய்வாளர்கள் கருதுகிறார்கள்.

நடிப்பின் மூலம் புகழ்பெற்ற ஷேக்ஸ்பியர் தொடர்ந்து நாடகங்கள் எழுதத் துவங்கினார். அந்த நாடகங்கள் பிரபலமாகின. லண்டனில் புகழ் பெற்றிருந்த The Lord Chamberlain’s Men என்ற நாடகக்குழுவில் நடிகராகச் சேர்ந்து பணியாற்றினார். தொடர்ந்து நாடகங்களை எழுதி கவனம் பெற்று வந்தார். 1595 ஆம் ஆண்டில் மட்டும் ஷேக்ஸ்பியரின் மூன்று நாடகங்கள் அரங்கேற்றப்பட்டிருக்கின்றன. அதில் ஒன்று ரோமியோ ஜூலியட். புகழின் உச்சியில் இருந்த ஷேக்ஸ்பியர் லண்டனில் தனக்கென பிரம்மாண்டமான வீடு ஒன்றை விலைக்கு வாங்கினார். அத்தோடு 1599இல் தனியான நாடக அரங்கம் ஒன்றையும் நிறுவினார். குளோப் தியேட்டர் எனப்படும் திறந்த வெளி நாடக அரங்கம் அது. அந்த அரங்கில்தான் ஷேக்ஸ்பியரின் முக்கிய நாடகங்கள் நிகழ்த்தப்பட்டன. இந்த அரங்கம் ஒரு நாடக நிகழ்வின்போது எதிர்பாராத விதமாக தீக்கிரையானது. ஆனால் சில மாதங்களிலே அந்த அரங்கினை மறு சீரமைப்பு செய்தனர்.

ஷேக்ஸ்பியர் தனது காலகட்டத்தில் மிகுந்த வசதியோடும் புகழோடும் வாழ்ந்திருக்கிறார். அன்றைய நாடகக் கம்பெனியின் நடிகர்களும் சக நாடக ஆசிரியர்களும் அவரைப்பற்றிய குறிப்புகளை எழுதியுள்ளனர். அக்குறிப்புகளில் அவரது செல்வாக்கு மற்றும் குடும்ப வாழ்வு குறித்த தகவல்களைக் காண முடிகிறது.

அன்றைய நாடக மரபின்படியே ஷேக்ஸ்பியர் Comedy, Tragedy, Tragic comedy, Histories என்று நான்கு விதமான வகைகளிலும் நாடகங்கள் எழுதியிருக்கிறார். அவர் எழுதிய மொத்த நாடகங்கள் Comedy 13, Tragedy 6, Histories 13, Tragic comedy 4. இதைத் தவிர 154 சானெட்டுகள் எனப்படும் கவிதைகளும் எழுதியிருக்கிறார்.

ஷேக்ஸ்பியரின் மூலப்பிரதிகள் எதுவும் இன்று நம்மிடமில்லை. நடிகர்கள் பயிற்சிக்காக எடுத்து எழுதிச் சென்ற பிரதிகளில் இருந்தே அவரது நாடகப்பிரதிகள் உருவாக்கப்பட்டன.

ஒரு சாதாரண மனிதன் தனது அன்றாட உபயோகத்திற்காக சராசரியாக ஐநூறு வார்த்தைகளை மட்டுமே திரும்பத் திரும்பப் பயன்படுத்துகிறான். படைப்பாளிகளும் ஆய்வாளர்களும் ஆயிரத்திற்கும் அதிகமான சொற்களைப் பயன்படுத்துகிறார்கள். ஆனால் இதன் உச்சபட்ச அளவாக ஷேக்ஸ்பியர் தனது படைப்புகளில் பயன்படுத்தியிருந்த சொற்களின் எண்ணிக்கை 29,066.

அவர் எழுதிய மொத்த வரிகளின் எண்ணிக்கை 118,406. இந்த ஒரு லட்சம் வரிகளில் உள்ள மொத்த சொற்களின் எண்ணிக்கை 8,84,647. அவர் மரணத்தின் நாலைந்து வருடங்களுக்கு பிறகு அவரது நண்பர்கள் அவரது நினைவைப் போற்றும் வகையில் அவரது நாடகப்பிரதிகளை வெளியிடத் துவங்கினர். இவை 1623ல் அச்சில் வெளியாகின. ஷேக்ஸ்பியர் நாடகங்களில் மிகப் பெரியது ஹாம்லெட் அந்த நாடகத்தில் 3,901 வரிகள் உள்ளன. மிகச்சிறிய நாடகம் தி காமெடி ஆஃப் எரர்ஸ் அது 1,911 வரிகளைக் கொண்டது.

ஷேக்ஸ்பியர் நாடகங்களில் பெண் கதாபாத்திரங்களையும் ஆண்களே ஏற்று நடித்து வந்தனர். இந்த நிலை மாறி அவரது ஒத்தலோ நாடகத்தில் டெஸ்டிமோனோவாக நடிப்பதற்கு மார்க்ரெட் ஹக்ஸ் என்ற பெண்மணி முன்வந்தார். இங்கிலாந்தின் நாடக வரலாற்றில் முதன்முறையாக ஒரு பெண் மேடையேறி நாடகத்தில் நடித்தது ஷேக்ஸ்பியரின் நாடகத்தில்தான்.

ஷேக்ஸ்பியர் தனது நாடகங்களுக்கான கருவை பெரும்பாலும் நாட்டுப்புறப்பாடல்களில் இருந்தும் சரித்திரக் குறிப்புகளிலிருந்தும் மரபுக்கதைகளிலிருந்தும் எடுத்துக்கொள்கிறார். எந்த குறிப்பிலிருந்து அவர் தனது நாடகங்களை உருவாக்கினார் என்பதற்கான சான்றுகள் இன்று முழுமையாகக் கிடைக்கின்றன. ஷேக்ஸ்பியர் வாழ்க்கை குறித்த சாட்சியாக தேவாலயத்தில் உள்ள பதிவேட்டில் உள்ள கையெழுத்துகள் மற்றும் ஷேக்ஸ்பியரின் சொத்து பத்திரங்களில் உள்ள கையெழுத்துக்களை ஆராய்ந்து அது ஷேக்ஸ்பியர்தான் என்று விஞ்ஞான பூர்வமாக நிரூபிக்கப்பட்டிருக்கின்றன.

ஷேக்ஸ்பியர் மான் வேட்டையாடியதாகவும் அதற்கு உரிய தண்டனையிலிருந்து தப்பிக்கொள்வதற்காக லண்டனுக்குச்

சென்றார் என்று ஒரு கதையும், லண்டனுக்கு வரும் வழியில் ஒரு விடுதியில் தங்கியபோது அங்குள்ள பெண்ணிற்கும் ஷேக்ஸ்பியருக்கும் பழக்கம் ஏற்பட்டு ஒரு மகன் பிறந்தான். அவன் கவிஞனாக வளர்ந்தான் என்றும் சில கர்ணப்பரம்பரை கதைகள் கூறுகின்றன. லண்டனில் வாழ்ந்தபோது அவருக்கு ஒரு பிரபு குடும்பத்து இளம் பெண்ணிற்கும் காதல் ஏற்பட்டது, அது நிறைவேறவில்லை என்றும் ஒரு கதையிருக்கிறது. இந்த காதலை Shakespeare in Love என்ற ஹாலிவுட் திரைப்படம் விவரிக்கிறது. இப்படம் ஏழு ஆஸ்கார் விருதுகளைப் பெற்றது குறிப்பிடத்தக்கது.

ஷேக்ஸ்பியர் 1616 ஆம் ஆண்டு ஏப்ரல் 23 ஆம் நாள் லண்டனில் மரணமடைந்தார். அவரது உடல் ஏப்ரல் 25ஆம் தேதி கல்லறையில் அடக்கம் செய்யப்பட்டிருக்கிறது. ஷேக்ஸ்பியர் தான் இறந்து போவதற்கு மூன்று மாதங்களுக்கு முன்பாகத் தனது உயிலை எழுதி வைத்திருக்கிறார். அந்த உயிலின் நகல் தற்போதும் பாதுகாக்கப் பட்டு வருகிறது.

ஐம்பத்திரெண்டு ஆண்டுகள் வாழ்ந்த ஷேக்ஸ்பியர் மொத்தம் 36 நாடகங்களே எழுதியுள்ளார். அவர் எழுதியதாகக் குறிப்பிடப்படும் தாமஸ்மோர் போன்ற சில நாடகங்கள் உள்ளன. ஆனால் அவற்றை ஷேக்ஸ்பியர் எழுதியிருக்கவில்லை என்ற சர்ச்சை தொடர்கிறது. ஷேக்ஸ்பியர் வல்லுனர்களின் பொதுவான அங்கீகாரத்தின்படியே கீழ்க்கண்ட நாடகங்கள் மட்டுமே அவர் எழுதியதாக பட்டியல் இடப்பட்டுள்ளது.

Comedy of Errors, Titus Andronicus, Taming of the Shrew, Two Gentlemen of Verona, Love's Labour's Lost, Romeo and Juliet, Richard II, A Midsummer Night's Dream, King Johin, The Merchant of Venice, Henry IV, Part 1, Love's Labour's Won, Henry IV, Part II, Henry V, Julius Caesar, Much Ado About Nothing, As You Like Ir, The Merry Wives of Windsor, Hamlet, Twelfth Night, Troilus and Cressida, All's Well That Ends Well, Measure for Measure, Othello. King Lear, Macbeth, Antony and Cleopatra, Coriolanus, Timon of Athens, Pericles Prince of Tyre, Cymbeline, The Winter 's Tale, The Tempest, Henry VIII, Cardenio, The Two Noble Kinsmen.

ஷேக்ஸ்பியர் நாடகங்களை வாசிப்பதற்கு அடிப்படையாக அவரது காலத்தைய உடை மற்றும் உணவுப் பழக்கங்கள், அன்றைய அரசியல் சூழல், லண்டனின் வாழ்க்கை முறையைப் பற்றியும் அறிந்து கொள்ள வேண்டியது அவசியம். அது போலவே இங்கிலாந்தின் வரலாற்றை அறிந்துகொள்வதும் நாடகங்களைப் புரிந்து கொள்ள உதவிகரமாகயிருக்கும். ஷேக்ஸ்பியர் பயன்படுத்திய

ஆங்கிலம் இன்று வழக்கு ஒழிந்து போய் நவீன ஆங்கிலப் பிரயோகம் வந்துவிட்ட காரணத்தால் ஷேக்ஸ் பியரை வாசிக்க நவீன ஆங்கிலப் பதிப்புகள் மிக அவசியமானவை.

ஷேக்ஸ்பியர் இங்கிலாந்தைச் சேர்ந்தவரேயில்லை. அவர் ஒரு இத்தாலியர் என்று இரண்டு ஆய்வாளர்கள் பலவருடமாகப் போராடிக் கொண்டிருக்கிறார்கள். இன்னொருபுறம் ஆக்ஸ் போர்டு பிரபுதான், ஷேக்ஸ்பியர் என்ற பெயரில் எழுதினார் என்று நிரூபிக்க ஒரு கூட்டம் சரித்திர சான்றுகளை உண்டாக்கிக் கொண்டேயிருக்கிறது. இந்த எல்லா யூகங்களைத் தாண்டி ஷேக்ஸ்பியரை காப்பாற்றிக் கொண்டிருப்பது அவரது ஆறு கையெழுத்துகள். அதில் மூன்று, பாதி அழிந்த நிலையில் உள்ளது. ஆனால் ஷேக்ஸ்பியர் என்ற மனிதர் பெற்றிருந்த அறிவு இந்த ஆய்வாளர்கள் அத்தனை பேரையும் வியக்க வைக்கிறது.

எப்படி ஸ்ட்ராட்போர்டு போன்ற சிறிய ஊரில் வசித்தபடியே கிரேக்க இலக்கியத்தின் அத்தனை முக்கிய ஆசிரியர்களையும் கற்றார். சோபாக்ளீசின் துன்பவியல் நாடகங்களையும் பிளேட்டோவையும் யாரிடமிருந்து கற்றுக்கொண்டார். ஜெர்மனிய அரசியல் பற்றி புத்தகங்கள் எப்படி கிடைத்தன. சட்டதுறையின் நுட்பங்களை அவ்வளவு துல்லியமாக எப்படி எழுத முடிந்தது? கப்பல்படை மற்றும் ராணுவச் செயல்பாடுகளை எங்கிருந்து அறிந்து கொண்டார். அவரது நாடகங்களில் இடம்பெற்றுள்ள தாவரங்கள், விலங்குகள்; பூக்கள் பற்றிய ஆயிரக்கணக்கான தகவல்களை எவ்வளவு ஆண்டுகள் செலவிட்டு சேகரித்திருப்பார். குறிப்பாக, பருந்தைப் பழக்கி பந்தயத்திற்கு விடுவதில் துவங்கி பூ நாகம் எப்படியிருக்கும் என்பது வரை எப்படி அவரால் நுட்பமாகத் தகவல்களை அறிந்து விவரிக்க முடிந்தது? இந்த ஆச்சரியங்கள்தான் ஷேக்ஸ்பியரை இன்றும் தொடர்ந்து வாசிக்கச் செய்தபடியே உள்ளது.

காற்றின் நிறம்

*ர*ஷ்யக் கவிதைகளுக்கு என்று தனியான வசீகரம் ஒன்றிருக்கிறது. கவிதையின் குரலும் விவரிக்கும் உலகும் அலாதியானவை. மாக்சிம் கார்க்கி தனது குறிப்பு ஒன்றில் 'நார்வேயில் 226 பேருக்கு ஓர் எழுத்தாளர் என்று இருக்கிறார்கள். ஆனால் ரஷ்யாவிலோ பத்து லட்சம் பேருக்கு ஓர் எழுத்தாளர்தான் இருக்கிறார்' என்று ஆண்டன் செகாவ் வருத்தப்பட்டதாகக் கூறியிருக்கிறார்.

எழுத்தாளனின் எண்ணிக்கை முக்கியமில்லை. ஆனால் எழுத்தாளர்கள் அதிகமிருக்கும்போது சமூகத்தின் அத்தனை தளங்களும் எழுத்தில் பதிவாகிவிடும் என்ற ஆதங்கத்தில் இதை செகாவ் சொல்லியிருக்கிறார்.

அறியப்படாத வாழ்வை எழுத்தில் பதிவு செய்வது ஒரு கலை. அதில் ரஷ்யப் பெண்கவிஞர்கள் முன்னோடிகள். எனக்கு அன்னா அக்மதோவாவை மிகவும் பிடிக்கும். எஸ்.வி.ராஜதுரை அவர்களும் வ.கீதாவும் இணைந்து அவரது கவிதைகளை மொழியாக்கம் செய்திருக்கிறார்கள். அதில் ஒரு சிறப்பான கவிதையுள்ளது.

"ஆழ்கிணற்றின் அடியாழத்திலுள்ள
ஒரு வெள்ளைக்கல் போல
என்னிடத்தில் ஒரே ஒரு நினைவு மட்டும்.
அதை நான் போக்க முடியாது, போக்க விரும்புவதுமில்லை.
அது ஒரு உவகை, அது வேதனையும் கூட.
எனக்குத் தோன்றுகிறது

என் கண்களை உற்றுப் பார்ப்பவருக்கு
அது தெளிவாகத் தெரியுமென்று.
சோகம் ததும்பும் கதையொன்றைக் கேட்பவரை விட
அவர் நெஞ்சம் மேலும் கனக்கும், துயருறும்.
எனக்குத் தெரியும் கடவுளர் மனிதரைக்
கல்லாக மாற்றியுள்ளனர், மனங்களை அப்படியே விட்டுவைத்து.
அந்த அற்புதமான சோகங்கள்
இன்னும் எஞ்சியிருக்க வேண்டுமென்று
என் நினைவாக மாற்றப்பட்டு விட்டாய் நீ.''

நினைவாக மாறும் சோகம் குறித்த இந்தக் கவிதையின் மறுவடிவம் தான் பாஸி அஸியேவா சோவியத் ரஷ்யாவின் கூட்டமைப்பிலிருந்த தஜகிஸ்தான் ஒரு மலைநாடு. அங்கே பிறந்தவர்தான் பிரபல ரஷ்யக் கவிஞர் ரசூல் கம்சுதேவ். எனது மொழி நாளை இறந்துவிடுமெனில் நான் இன்றே இறந்துவிடுவேன்' என்று குரலிட்ட கவிஞர் அவர். தஜகிஸ்தானிய இன மக்களின் வாழ்வினை அவரது கவிதைகள் பாடுகின்றன.

தஜகிஸ்தானிய மக்கள் கோபத்தில் திட்டும்போது "உன்னுடைய குழந்தைக்குத் தனது தாய் மொழியை மறந்து போகட்டும்; உன் பிள்ளைக்கு படிப்பு கற்றுத்தர ஆசிரியர் கிடைக்காமல் போகட்டும்" என்று தான் சாபமிடுவார்கள். அந்த அளவு மொழிப்பற்று மிகுந்த தேசமது.

அங்கிருந்து உருவான கவிஞர் ரசூல் கம்சுதேவ். 'மண்ணிலே காலூன்றி நடப்பது உரைநடை, ஆனால் குதிரை மீதேறிப் பறப்பது கவிதை' என்று தனது கவித்துவம் பற்றிக் கூறும் இவர், 'கவிதையின் முக்கிய பணி தன் இனத்தை, அதன் உரிமைகளை, வரலாற்றை, சமகால வாழ்வினைப் பாடுவது. அப்படித் தன் இனத்தையும் மொழியையும் பாடாத கவிதை வேரில்லாத மரம்; கூடில்லாத பறவை' என்கிறார்.

உலக இலக்கியத்தில் ரசூல் கம்சுதேவ் அறியப்பட்ட அளவில் அந்த மொழியின் முக்கிய பெண் படைப்பாளியான பாஸி அசியவா அறியப்படவில்லை. ஆனாலும் அலியேவாவும் ஒரு முக்கியமான கவிஞரே. அவரது வாழ்க்கை வரலாற்று சாயல் கொண்ட மண்கட்டியைக் காற்று அடித்துப் போகாது. நாவல் மிக முக்கியமான ஒன்று.

நல்ல எழுத்து எல்லா நேரங்களிலும் தாமதமாகவே உலகின் கண்களில் அடையாளம் கண்டுகொள்ளப்படுகிறது. வர்ஜீனியா

வுல்ப், டோனி மாரிசன், செல்மா லாகெர்லாவ், சில்வியா பிளாத், இசபெல் ஆலண்டே என்று பெண் எழுத்தாளர்கள் பலரும் தொடர்ந்த அறிமுகங்கள், விமர்சனங்களுக்குப் பிறகே உலகின் பரந்த அங்கீகாரத்தைப் பெற்றனர். இன்னும் அடையாளம் காணப்படாத, ஆனால் மிக முக்கியமான இலக்கிய ஆளுமைகள் நிறைய இருக்கிறார்கள். அவர்களைத் தூக்கிபிடிக்க மேற்குலகில் எவருமில்லை என்பதால் அவை ஆங்கிலம் அறிந்த வாசகப் பரப்பிற்குள் இன்றும் அறிமுகமாகவேயில்லை.

ஆயிரம் வருடங்களுக்கு முன்பாக கவிதை எழுதிய கிரேக்க பெண்கவி ஷாபோவை அறிந்த உலகிற்கு அதே காலகட்டத்தில் கவிதை பாடிய இந்தியப் பெண்கவிகளை அடையாளம் தெரிய வில்லை.

டால்ஸ்டாய், தஸ்தாயெவ்ஸ்கி என்ற இரண்டு சிகரங்கள் ரஷ்ய எழுத்தின் மீது தங்களது தனிப்பெரும் ஆளுமைகளைச் செலுத்தியதால் அங்கிருந்த பல குறிப்பிடத்தக்க எழுத்தாளர்கள் கொண்டாடப் படாமலே போய்விட்டார்கள். சமீபமாகவே ரஷ்ய இலக்கியத்தின் முக்கிய படைப்புகள் தொடர்ச்சியாக ஆங்கிலத்தில் வாசிக்கக் கிடைக்கின்றன.

குப்ரின், கொரலங்கோ. ஷெலகோவ் வரிசையில் மிக முக்கியமான பெண் எழுத்தாளராக அறியப்படுபவர் பாஸி அலியேவா. இவரது மண்கட்டியை காற்று அடித்து போகாது நாவல் தமிழில் வெளியாகி உள்ளது. தஜகிஸ்தானிய பெண் எழுத்தாளரான இவரது எழுத்து முறை மிக கவித்துவமானது. நாட்டார் கதை சொல்லும் மரபில் இருந்து உருவானது போன்ற கதையாடலும் பெண்களின் வாழ்க்கைப் பாடுகளை யதார்த்தமாகவும் மிக உண்மையாகவும் எழுதியவர். ஆசிரியையாக சில காலம் பணியாற்றிய இவர் தஜிகிஸ்தானிய பெண்குரல் என்ற இலக்கிய இதழின் ஆசிரியராகப் பல ஆண்டுகாலம் பணியாற்றியிருக்கிறார்.

மண்கட்டியைக் காற்று அடித்துப் போகாது (The Wind will Not Carry Away A Clod of Earth) நாவலும் மலைப்பிரதேச குடும்பம் ஒன்றின் கதையைத்தான் விவரிக்கிறது.

தஜகிஸ்தான் மலைகள் நிரம்பிய தேசம். டஹாக் என்ற துருக்கி வார்த்தையின் பொருள் மலை. மலை சார்ந்த இடம் என்பதால் இது தஜகிஸ்தான் என்று வழங்கப்படுகிறது. பட்டு நெசவு நெய்வதிலும் பூவேலைப்பாடு உள்ள உடைகள் நெய்வதிலும் இவர்கள் மிக சிறப்பு பெற்றவர்கள். சின்னஞ்சிறிய மலை கிராமங்களில் பாரம்பரியமான முறைகளில் பட்டு நெசவு நடைபெறுகிறது. அதில்

ஈடுபடுகின்றவர்களில் பெரும்பகுதி பெண்களே. தஜகிஸ்தான் நரம்பிசை தனித்துவமான ஈர்ப்பு கொண்டது.

பாஸி அலியேவா கதைகளில் இந்த இசையும் பெண்களின் பூ வேலைப்பாடுகளும். மலைப்பிரதேசங்களின் இயற்கை அழகும் துல்லியமாக விவரிக்கப்படுகிறது. அலியேவா கதைகளின் பிரதான பொருள் நேசித்தல். ஆணோ, பெண்ணோ யாராக இருப்பினும் அவர்களின் இருப்பின் ஆதாரம் நேசமே. குடும்பத்தின் சந்தோஷத்தை உருவாக்கவே பெண் தன்னை அலங்கரித்துக்கொள்கிறாள். பாடுபடுகிறாள் என்று தான் அறிந்த தனது தாயின், சகோதரிகளின், அண்டை அயல்வீட்டுப் பெண்களின் கதைகளை எழுதுகிறார்.

ஆணும் பெண்ணும் எப்படி வாழ வேண்டும் என்பதற்கு பாஸி அலியேவா கூறும் உதாரணம் கச்சிதமானது. ஒரு கல்லை மற்றொரு கல்லோடு சேர்ந்து அண்டக் கொடுத்தது போல் ஒருவரை மற்றவர் சார்ந்து வாழ வேண்டும் என்கிறார்.

நாவலின் முகவுரையாக, தான் எப்படி எழுதத் துவங்கினேன் என்பதற்கு இவர் எழுதிய குறிப்பில் உள்ள அழகுணர்வும் மயக்கமும் வாசகனை நாவலை நோக்கி வேகமாக முன்னகர்த்த கூடியது. வயதான கிழவிக்கு ஊசியில் நூல் கோர்க்க உதவும் அலியேவாவிற்கு கிழவி அழகின் ரகசியத்தைச் சொல்கிறாள். உராஸ் பண்டிகையின் விடிகாலையில் புல்வெளியில் காணப்படும் பனித்துளிகளை ஒரு பெண் சேகரித்து அதை கொண்டு தன் முகத்தைக் கழுவிக்கொண்டு விட்டால் அவள் பேரழகி ஆகிவிடுவாள் என்பதே அந்த ரகசியம்.

எப்படியாவது தான் அழகியாகிவிட வேண்டும் என்ற பதைபதைப் புடன் இரவு முழுவதும் உறக்கமற்றுத் தவிக்கிறாள். அம்மா காரணம் கேட்பதற்குப் பதில் சொல்ல மறுக்கிறாள். ரகசியத்தை எப்படிப் பகிர்ந்து கொள்வது என்று குழப்பமாக இருக்கிறது. அதே நேரம் பனித்துளியால் முகம் கழுவி, தான் பொலிவுள்ள பெண்ணாக மாறிய பின் எப்படி இருப்போம் என்ற கனவு அவளை பிடித்து ஆட்டுகிறது.

விடிகாலையில் எழுந்து ஓடுகிறாள். பூக்கள் எங்கும் பனித்துகள்கள். ஒரு நீலமலரின் முன் மண்டியிட்டு பனித்துளியை சேகரிக்கிறாள். அப்போது அருகாமையில் ஒரு செடி வளைந்து கிடப்பதைக் கண்டு அதை விடுவிக்க கல்லைப் புரட்டி போடுகிறாள். அதிலிருந்து ஒரு நீரூற்று பொங்கிவழிகிறது. அவள் வியப்போடு அந்த ஊற்றைக் கவனித்தபடியே இருக்கிறாள். எவ்வளவு பெரிய அதிர்ஷ்டம்.

பண்டிகை நாளில் புது ஊற்றைக் காண்பது பெரிய அதிர்ஷ்டம் அது தனக்குக் கிடைத்திருக்கிறது என்று தன்னை மறந்து அதில் லயித்துப் போகிறாள். ஊற்றின் முன்பு தன் வாழ்க்கை கனவுகளை சொல்லி அவை பலிக்கச் செய்யும்படி வேண்டிக்கொள்கிறாள். இனி போரே நடக்கக் கூடாது. ஆண்கள் உயிரோடு காப்பாற்றப்பட வேண்டும் என்று மன்றாடுகிறாள். அது துக்கமும் சந்தோஷமும் ஒன்று கலந்த மனநிலையாக மாறிவிடுகிறது. வீட்டிற்கு வந்தவுடன் அவளது மனதில் சொற்கள் தானே சுரக்கின்றன. அவள் முதன் முறையாக ஒரு கவிதையை எழுதுகிறாள்.

எழுத்தின் நுட்பம் அவளைக் கைக்கொண்டுவிட்டது. அதன்பிறகு அலியேவா வளர்ந்து எவ்வளவோ எழுதியிருக்கிறாள். ஆனால் ஒரு கல்புரண்டு அதன் அடியில் இருந்து நீருற்று பொங்குவது போல மனதில் இருந்த தடை விலகி அவளுக்குள் கனவுகளும் சொற்களும் பீறிடத் துவங்கிய அற்புதம் உண்டானது.

இருபது தொகுதிகள் அளவிற்கு எழுதிய அலியேவா நேரடியான அரசியலில் ஈடுபட்டதோடு உழைக்கும் பெண்கள் அமைப்பின் தலைவராகவும் பணியாற்றியிருக்கிறார். தஜகிஸ்தானைக் கவிஞர் களின் தேசம் என்கிறார்கள். இயற்கை அவர்களைப் பாட வைக்கிறது என்று பெருமைப்படுகிறார்கள். தஜகிஸ்தானில் ஈரானிய, காகசஸ், துருக்கிய என 36 விதமான இனங்களைச் சேர்ந்த மக்கள் ஒன்றாக வாழ்கிறார்கள். நாடோடி மரபின் தொடர்ச்சியாக வரும் வாழ்க்கை முறை அங்கே அப்படியே பின்பற்றப்படுகிறது. ஆவார் எனப்படும் இனக்குழு மரபில் அலியேவா வருகிறார். இவர்கள் பெரும்பாலும் மலை சார்ந்து இயற்கையோடு ஒன்றி வாழ்பவர்கள். அலியேவா ஆவார் மொழியிலே எழுதியிருக்கிறார். அதை ஆங்கிலத்தில் மொழியாக்கம் செய்வது பெரிய சவால்.

தஜகிஸ்தானின் பிரதான கவி ரசூல் கம்சுதேவ். அவர் மலைகளைப் பாடுவதையே தனது கவிதையின் மூலமந்திரமாகக் கொண்டிருந்தவர். அவரது அப்பா பாணர் மரபில் வந்த இசைக்கலைஞர். பாடித்திரிவதே அவர்கள் வாழ்க்கை முறை. பொது இடங்களில் அவர்கள் பாடத் துவங்கும்போது ஈக்கள் கூட சிறகடிக்க மறந்து கேட்டுக்கொண்டிருக்கக்கூடும் என்பார்கள். அந்த அளவு நாடோடிப் பாடல்கள் மீது மக்களுக்கு ஆர்வமிருந்தது.

அசார் இனப்பெண்கள் வெளியாட்களை முகங்கொடுத்துப் பார்த்துப் பேசமாட்டார்கள். மறைந்து நின்றோ பின்புறமாகத் திரும்பியபடியே தான் பேசுவார்கள். பள்ளிவயதிற்குள்ளாகவே கிராமத்தில் உள்ள கதைகள், பாடல்கள், நம்பிக்கைகள் அத்தனையும்

சிறார்களுக்குக் கற்றுத் தந்துவிடுவதால் அவர்களாகப் பாடும் திறமை எல்லோருக்குமே இயல்பில் வந்துவிடுகிறது. கல்வி கற்கத் துவங்கிய காலத்தின் பிறகு பத்து வயதானதும் பெரும்பான்மை சிறார்கள் கவிதை எழுதத் துவங்கி விடுவார்கள். அப்படித்தான் அலியேவா எழுத்தாளரானதும் நடந்தது.

அலியேவாவின் கவிதைகள் தினசரி நிகழ்ச்சிகளையே பாடு கின்றன. குளிர்காலத்தில் ஒரு புகைப்பானுக்காகக் காத்திருக்கும் இடையனை பற்றியும், மலைகளின் தனிமையையும், பெண்கள் காதலுக்காக ஏக்கம், பனி பெய்யும் இரவுகள், மழைக்காலத்தின் நாட்கள், வயல்வெளியின் காற்று, சிறுவர்களின் கனவுகள் இவற்றை அலியேவா தொடர்ந்து கவிதைகளில் பதிவு செய்கிறார். அசார் இனப் பெண்களின் வாழ்வில் திருமணமே முக்கிய திருப்புமுனை. ஆகவே இவரது கதைகளில் திருமணத்தின் வழியே பெண் எதிர்கொள்ளும் நெருக்கடிகளும் சிதைவுறும் கனவுகளும் முதன்மையாக விவரிக்கப்படுகின்றன.

பெரிய சிறகுள்ள பறவைகள் மட்டும்தான் பறக்க முடியும் என்பதில்லை. ஒரே வானில்தான் பருந்தும் குருவியும் வல்லூறும் பறக்கிறது. அதனதன் சிறகுகள் அதற்கு. ஆகவே பறவையாக இருப்பது தான் முக்கியமே அன்றி, எவ்வளவு பெரிய பறவையாக இருக்கிறோம் என்பதில்லை. சிறிய பறவைகள் யாரையும் இம்சிப்பதில்லை. பயமுறுத்துவதில்லை. அதைப் பெரும்பான்மையினர் நேசிக்கிறார்கள். அப்படியொரு சிறிய குருவியைப் போலத்தான் இலக்கிய உலகில் நானிருக்கிறேன் என்று அலியேவா ஒரு நேர்காணலில் கூறியிருக்கிறார். வல்லூறுகளின் குரலைவிட குருவிகளின் பாடல் இனியது என்பதை காலம் சொல்லிக் கொண்டேதானிருக்கிறது.

எஸ்.ராமகிருஷ்ணன் 145

கீயிங்கே வனத்திருடன்

செல்மா லாகெர்லெவின் 'தேவமலர்' ஒரு குறுநாவல். அதை எனது பதினெட்டாவது வயதில் முதன்முறையாக வாசித்தேன். பின் மதிய நேரமது. வாசிக்கத் துவங்கும்போது வெளியில் இருந்த வேம்பின் காற்று வீசிக்கொண்டிருப்பதை லேசாக உணரமுடிந்தது. நான்கு பக்கங்களைக் கடந்து போவதற்குள் கதை ஒரு சுழலைப் போல என்னைத் தனக்குள் இழுத்துக்கொண்டு போகத் துவங்கியது. நாவலில் வரும் கீயிங்கே வனத்திருடன் பின்னால் நானும் சென்று கொண்டிருந்தேன். வெளியிலிருந்த காட்சிகள் யாவும் மறைந்து போய்விட்டன. அமர்ந்திருந்த அறையும், ஜன்னலும் கூட கண்ணில் தெரியவில்லை. வேம்பின் இலையசைவு கூட கவனத்தில் இல்லை. ஏதோவொரு முன் அறியாதொரு கானகத்திற்குள் பிரவேசித்துவிட்டது போல் உணரமுடிந்தது.

கீயிங்கே என்ற காட்டிற்குள் தலைமறைவாக வாழ்ந்து வரும் திருடனையும் அவனது மனைவி குழந்தைகளையும் பற்றியது தேவமலர். திருடன் மிக மூர்க்கமானவன். அவனது வேலை, காட்டிற்குள் வருபவர்களை அடித்துப் பணம் பறிப்பது. சமீப காலமாக காட்டிற்குள் அதிகம் பயணிகள் வராமல் போனதால் அவன் செய்வதறியாமல் தனது மனைவி குழந்தைகளைப் பிச்சை எடுப்பதற்காக அருகாமை நகரத்திற்கு அனுப்பி வைக்கிறான்.

அவனது மனைவிக்குப் பிச்சை எடுப்பதில் விருப்பமில்லை. அவள் நகரில் உள்ளவர்களை மிகவும் அலட்சியமாகப் பார்த்தபடி நடக்கிறாள். அவளோடு

ஐந்து குழந்தைகளும் யாசகம் கேட்டு வருகிறார்கள். அவர்கள் ஊவிட் என்ற மாளிகையைக் கடந்து போகிறார்கள். அந்த மாளிகை துறவிகளுக்கான மடாலயம். அதன் கதவுகள் மூடப்பட்டிருந்தன. கதவைத் தட்டியதும் திறந்த வாயிற்காப்போன் அவர்களுக்குத் தேவையான ரொட்டிகளைத் தந்துவிட்டு கதவை மூடிக் கொள்கிறான். அப்போது அவளது சிறிய மகள் அம்மாவின் பாவாடையைப் பிடித்து இழுத்து கோட்டைச் சுவரில் இன்னொரு சிறிய வாசல் இருப்பதைக் காட்டுகிறாள்.

திருடனின் மனைவி அக்கதவைத் திறந்துகொண்டு உள்ளே செல்கிறாள். அங்கேயொரு அழகான பூந்தோட்டமிருக்கிறது. அந்தத் தோட்டத்தில் உள்ள விதவிதமான பூக்களைக் கண்டதும் ஆசையோடு அருகில் செல்கிறாள். ஆனால் களையெடுத்துக்கொண்டிருந்தவன் அவளைத் தடுத்து நிறுத்தி துரத்துகிறான். அவள் மறுத்து அவனோடு சண்டையிடுகிறாள். அப்போது மடாலயத்தின் தலைமைத் துறவியான ஹான்ஸ் அங்கே வருகிறார். அவர் திருடனின் மனைவி, தான் உருவாக்கிய பூந்தோட்டத்தைப் பார்க்கட்டும் என்று அனுமதிக்கிறார். அவள் பிரமிப்போடு தோட்டத்திலிருந்த ஒவ்வொரு செடியாகப் பார்க்கிறாள்.

முடிவில் ஹான்ஸ் அது போல ஒரு அழகான தோட்டத்தை அதன் முன்பாக அவள் கண்டிருக்கிறாளா என்று கேட்கிறார். அவள் வியப்போடு இல்லை என்கிறாள். ஆனால் நிமிஷத்திற்குள் மனம் மாறி, அதைவிடவும் அழகானதொரு தோட்டத்தை தான் கண்டிருப்பதாகச் சொல்கிறாள். அப்படியெதுவும் இருக்கமுடியாது என்று ஹான்ஸ் கோபக்குரலில் சொல்லவே, அவள், கீயிங்கே வனத்தில் கிறிஸ்துமஸிற்கு முந்திய இரவில் காடு பூக்கும். அதை அவர் கண்டிருக்கிறாரா என்று கேட்கிறாள். அவர் இல்லையென்றதும் அதைக் காண வேண்டுமானால் திருடனின் குற்றங்களை மன்னித்து அவன் நகரில் வருவதற்கு அனு மதிக்க வேண்டும் என்பதோடு அவர் மட்டும் தனியே வனத்திற்குள் வரவேண்டும் என்கிறாள். அவரும் சம்மதிக்கிறார்.

திருடனின் மனைவி தான் சொன்னது போலவே கிறிஸ்துமஸிற்கு முந்திய இரவில் அவரை அழைத்து வருவதற்கு தனது மகனை அனுப்பி வைக்கிறாள். ஹான்ஸ் தனியே புறப்பட்டு வருகிறார். வழியெல்லாம் மக்கள் கிறிஸ்துமஸ் கொண்டாட்டத்திற்காக விருந்தும்களிப்புமாகயிருப்பதைக் காண்கிறார். தான் ஒரு திருடனின் வீட்டில் கிறிஸ்துமஸ் கொண்டாட வேண்டியிருக்கிறதே என்ற மனக்கவலை அவருக்குள் இருந்தது.

கீயிங்கே வனத்திற்குள் அவர் வந்தபோது அது இருண்டிருந்தது. அவர் பாறை புடவொன்றில் குடியிருந்த திருடனின் வீட்டிற்கு வந்து சேர்ந்தார். அவர்கள் குடும்பம் வறுமையாலும் பனியாலும் பீடிக்கப்பட்டிருந்தது. பண்டிகையைக் கொண்டாடுவதற்குக்கூட அவர்களிடம் பொருளில்லை. திருடனின் மனைவி நள்ளிரவில் காட்டில் சந்தோஷம் துவங்கும் வரை அவரைப் படுத்துக் கொள்ளும் படியாகச் சொன்னாள். அவர் படுத்துக்கொண்டார். ஆனால் உறக்கம் கொள்ளவில்லை. திருடனின் மனைவியோடு பேச்சுக் கொடுத்துக்கொண்டிருந்தார்.

நள்ளிரவுக்கு பின்பு திருடனின் மனைவி திடீரென எதையோ கேட்டு சந்தோஷமானவள் போல, காட்டில் ஒலிக்கும் மணிச் சப்தம் உங்களுக்கு கேட்கிறதா என்று கேட்டாள். அவர் கேட்கவில்லையே என்றபடி படுக்கையிலிருந்து எழுந்து வெளியே வந்து பார்த்தார். அவள் மிக சந்தோஷமாக காடு விழித்துக்கொள்ளத் துவங்கிவிட்டது என்றாள். அவர் கானகத்தின் உள்ளே சில அடிகள் நடந்து சென்றார். அப்போது வரையிருந்த இருள் விலகத் துவங்கி வானிலிருந்து ஒளி தரையிறங்கி யாவையும் ஒளிரச் செய்தது. அவர் பார்த்துக்கொண்டிருந்தபோதே அங்கிருந்த தரை யாவும் பசுமையாகியது. விதவிதமான பறவைகளின் கீச்சிடலும் ஆற்றின் சலசலப்பும் பெருகியது. எண்ணிக் கையற்ற நிறங்களில் பூக்கள் அரும்பத் துவங்கின. நறுமணமும் ஒளியும் காடெங்கும் நிரம்பியது. அவரால் நம்பமுடியவில்லை. வியப்போடு பார்த்துக் கொண்டிருந்தார்

காட்டிற்குள் எங்கிருந்தோ மாடுகளை ஓட்டிக்கொண்டு இடையர்கள் பாடல்களைப் பாடியபடி வந்தார்கள். அவர் பார்த்துக்கொண்டிருந்த இடத்தில் வர்ணஜாலம்போல் பூக்கள் நிறம் மாறிக்கொண்டிருந்தன். ஒரு மரத்திலிருந்து உதிர்ந்த மஞ் சள் பூ ஒன்றைக் கையில் எடுத்துப் பார்த்தார். அவர் கையில் பார்த்துக்கொண்டிருந்தபோதே அது காயாகி பின்பு கனிந்து பழமாகவும் மாறியது. காடெங்கிலும் கோடிக்கணக்கான பச்சைநிற வண்ணத்துப்பூச்சிகள் பறந்து கொண்டிருந்தன. விந்தையைக் காணமுடியாமல் அவர் மனம் நடுங்கியது. எங்கிருந்தோ வந்த காட்டு நரியொன்று திருடனின் மனைவியின் கால்களைச் சுற்றிக்கொண்டு ஒரு நாயைப் போல விளையாடிக் கொண்டிருந்தது.

திருடனின் குழந்தைகள் பழங்களைப் பறித்துத் தின்று கொண்டிருந்தார்கள். காடெங்கும் தேவகானம் போல இசையும் உற்சாகமும் நிரம்பியது. திருடனின் மனைவி சொன்னது எத்தனை நிஜம் என்பதை ஹான்ஸ் உணர்ந்தார். அப்போது தனது

மதகுருவைத் தேடி ரகசியமாக காட்டிற்குள் வந்த அவரது சீடன், அந்த விந்தையை சாத்தானின் மாயக்காட்சிகள் என்று நினைத்து, அவை யாவும் அழிந்து போகட்டும் என்று உரத்துக் கத்தினான். மறுநிமிஷம் காட்டிலிருந்த யாவும் மறையத்துவங்கியது.

ஹான்ஸ் மனமுடைந்து போனார். தான் சொன்னதுபோல திருடனுக்கு மன்னிப்பு தரவேண்டுமானால் அதற்கு சாட்சியாக ஒரேயொரு தேவமலர் வேண்டும் என்று ஒரு செடியிலிருந்த பூவைப் பறிக்க முயற்சித்து கீழே விழுந்தார். அந்த வனம் மீண்டும் இருண்டு கொண்டுவிட்டது. கீயிங்கே வனத்தில் நடந்ததைப் புரியாத சீடன் தனது குருவைத் தூக்க முயற்சிக்கும்போது அவர் இறந்து போயிருந்தார். அவரது மூடிய கையில் சிறிய கிழங்கு போல் ஒன்றிருந்தது. அதை அவன் மடாலயத்திற்குக் கொண்டுபோய் நட்டு வைத்தான். மறு ஆண்டின் கிறிஸ்துமஸின்போது அந்த செடியில் தேவமலர் பூக்கத் துவங்கியது. பிஷப் அந்த ஆச்சரியத்தைக் கண்டு திருடனுக்கு மன்னிப்பு வழங்கினார்.

அதைச் சொல்வதற்காக கீயிங்கே காட்டிற்கு வந்தான் சீடன். ஆனால் அந்த கிறிஸ்துமஸிற்கு முந்திய இரவில் காட்டில் தேவமலர் பூக்கவில்லை. காடு விழித்துக்கொள்ளவுமில்லை. அங்கிருந்த விந்தை விலகிப் போய்விட்டிருந்தது. திருடனின் மனைவி, ஹான்ஸ் தான் சொன்ன வார்த்தையைக் காப்பாற்றிவிட்டார். அதுபோல் திருடனும் இனி திருட மாட்டான் என்று சத்தியம் செய்து கொடுத்துவிட்டுத் தனது குழந்தைகளை அழைத்துக்கொண்டு நகரத்திற்குப் புறப்பட்டாள். சீடன் தனது தவறுக்குப் பிராயச்சித்தமாக அதே காட்டிற்குள் தங்கிவிடுகிறான். நடந்த அற்புதங்களுக்கு சாட்சியாக ஒரேயொரு தேவமலர் இன்றும் அந்த மடாலயத்தில் வருடத்துக் கொருமுறை பூத்துக்கொண்டிருக்கிறது.

செல்மா லாகர்லெவ் ஒரு ஸ்வீடிஷ் நாவலாசிரியை. நோபல் பரிசு பெற்றவர். அவரது 'மதகுரு' நாவல் தமிழில் மொழிபெயர்க்கப் பட்டிருக்கிறது. மிகவும் குறிப்பிடத்தக்க பெண் எழுத்தாளரான செல்மா லாகர்லெவ் பல ஆண்டுகள் நோபல் பரிசின் தேர்வுக் குழுவிலும் பணியாற்றியிருக்கிறார்.

தேவமலர் வாசித்து முடித்தபோது அது தரும் அனுபவம் தனித்துவமான மன எழுச்சியாகும். குறிப்பாக, காடு விழித்துக்கொள்ளுமிடம் ஒரு அரிய தரிசனமாகும். காட்டின் நுட்பங்களையும் விந்தையையும் காட்சியாக உருமாற்றிக் காட்டி யிருக்கிறார் செல்மா லாகர்லெவ். அந்தக் காடு உயிர் பெறும் தருணத்தில் ஏற்படும் விவரணைகள் சங்கக் கவிதைகளில் குறிப்பாக கபிலரின் பாடல்களுக்கு நிகரானதாகச் சொல்லலாம்.

அந்த நாவலில் வரும் திருடனின் மனைவி கதாபாத்திரம் மிகவும் உயர்ந்த பாத்திரப் படைப்புகளில் ஒன்று. அவள் திருடனின் மனைவி என்பதற்காகக் குற்ற உணர்வு கொண்டவள் இல்லை. அதுபோலவே விந்தையைக் கண்டறிந்தவள் என்ற பெருமிதமுமில்லை. அவள் வாழ்வை நேரிடையாகச் சந்திக்கிறாள். அவளது கணவனை விடவும் வனம் சாந்தமானதாகத்தான் அவளுக்குப் பழகியிருக்கிறது. அவள் தன்னை அவமதிக்கும் எதோடும் சண்டையிடத் தயாராக இருக்கிறாள். அவளது கோபம் இயற்கை அவளுக்குக் கற்றுத்தந்தது. பாறையோடு பாறையாக வாழ்ந்த அவளது பகல், இரவுகள் அவள் மீது வடுக்களாகப் படிந்திருக்கின்றன. அவள் கதையின் முதல் பத்தியில் துவங்கி கடைசிவரை தன் முழு ஆளுமையைப் பரவவிட்டபடியிருக்கிறாள்.

திருடன் சுபாவம் மாறாதவன். காடு விந்தையால் நிரம்பியபோதும் தன் சுபாவத்தை மாற்றிக் கொள்வதில்லை. அவனுக்கு விந்தையாக இருப்பது வாழ்வின் புதிர்கள்தான். அவன் மற்றவர்களை போல வாழ விரும்புகிறான். காடு அவனுக்கு மறைந்து வாழுமிடம் மட்டுமே. அதன் பிரம்மாண்டமும் நுட்பமும் அவனுக்குப் பரிச்சய மாகவேயில்லை. விந்தையை இழந்தே அவன் வேறிடம் செல்வதற்கு சாத்தியமாகிறது.

ஹான்ஸ் பாதிரியின் கதாபாத்திரமும் தனித்துவமானதே. விந்தை எப்போதும் சாதாரண மனிதனுக்கு நெருக்கமாகயிருக்கிறது என்பதை அவர் உணர்ந்து கொள்ளும் விதம் அருமையானது ஒரேயொரு வரியில் இடம்பெற்றுள்ள திருடனின் குழந்தையொன்றும் மனதில் நீங்காத இடம்பெற்றுள்ளது. அக்குழந்தை தான் முதன்முதலாக மடாலயத்திலிருந்த பூந்தோட்டத்தின் சிறிய வாசலைக் காண்கிறது. அதைத் தன் தாயிடம் காட்டித் தருகிறது. பாஷை பழகாத அந்த குழந்தைக்குத் தான் விந்தையின் ரகசிய வாசல்கள் கண்ணுக்குத் தெரிகின்றன போலும். அதுபோலவே அந்தக் காடு விழித்துக்கொள்ளும் போது திருடனின் மனைவியைச் சுற்றி வரும் நரியும் எழுத்தின் முடிவற்ற சாத்தியங்களை எடுத்துக் காட்டுவதாகயிருக்கிறது.

நாவலில் கீயிங்கே வனம் ஒரு வெறும் களமாக மட்டும் அமையவில்லை. அது ஒரு கவித்துமான படிமம். ஒரு கனவு. மொத்த நாவலையும் ஹான்ஸ் துறவிக்கு ஏற்படும் கனவென்று கூட வாசிக்க இயலும். ஆனால் கனவிலிருந்து பாதிரி ஒரு தேவமலரைப் பறிந்து வந்துவிட்டாரா என்ற கேள்விதான் அதன் இயல்பு உலகிற்குக் காரணமாக அமைந்துவிடுகிறது.

இலக்கியத்தின் முக்கியப்பணியே அரியதான தருணங்களை எழுத்தில் பதிவு செய்வதுதான். அந்த வகையில் காடு விழித்துக் கொள்ளும் அரிய தருணம் இந்த நாவலில் பதிவாகியுள்ளது காடு விழித்துக்கொள்ளும் என்ற படிமம் தரும் அனுபவம் கவிதையின் உயர்நிலைக்கு ஒப்பானது.

நாவலை வாசித்து முடிக்கும்போது மனதில் வெளிப்படுத்த முடியாத துக்கமும் விந்தையை அறிந்த வியப்பும் ஒரே நேரத்தில் சாத்தியமாகிறது. செல்மா லாகர்லெவ்வின் கவித்துவமான மொழியும் கதை சொல்லும் முறையும் நுட்பமும் வியக்க வைக்கின்றன. தமிழ் நாவலை வாசிப்பது போன்று அத்தனை லகுவாக மொழியாக்கம் செய்துள்ள க.நா.சு.வும் மிகுந்த பாராட்டுக்குரியவர்.

காட்டின் மீது மனிதன் கொண்டிருந்த அவநம்பிக்கை தான் அதன் அற்புதங்களிலிருந்து அவனைத் துண்டித்துவிட்டது. மனிதன் தனது சிருஷ்டி பற்றி அத்தனை கர்வம் கொள்ளுமளவு பெரிதாக எதையும் சாதித்துவிடவில்லை. இயற்கை மிகுந்த மர்மமானது. அதன் வசீகரமே அதன் மௌனம்தான். அந்த மௌனத்தின் அடியில் எத்தனையோ அற்புதங்கள் புதையுண்டிருக்கின்றன. காடு ஒரு சூழல் மட்டுமில்லை. அது இயற்கை கொள்ளும் ஒரு நிலை. ஷேக்ஸ் பியரின் மாக்பெத்தில் காடு தனது இருப்பிடத்தை விட்டு நகர்ந்து வரும் நாளில் மரணம் நேரிடும் என்ற படிமம் இடம் பெறுகிறது. பௌத்த துறவிகளால் காடு ஒரு தியான நிலையின் வெளிவடிவமாகவே கொள்ளப்படுகிறது.

செல்மா லாகர்லெவ்வின் இந்தப் புத்தகத்தைப் பற்றி எனது நண்பர்கள் பலரோடு பலமுறை விவாதித்திருக்கிறேன். என் அம்மா விலிருந்து சகோதரிகள் வரை அத்தனை பேரும் அதை வாசித்து மகிழ்ந்திருக்கிறார்கள். நான் ஒவ்வொரு முறை வாசிக்கும்போதும் அதன் பக்கங்கள் புதிதாகவேயிருக்கின்றன. காடும் அதன் நுட்பமும் மனதில் அழியாத படிமமாக உருக்கொண்டுள்ளது.

கீயிங்கே வனத்திலிருந்த திருடனுக்கும் எனக்கும் ஏதோவொரு அறியா பந்தம் உருவாகியிருக்கிறது. அவன் எனது ஊர் மனிதனைப் போலதானிருக்கிறான். அவனது முகம்கூட எனக்குப் பரிச்சயமானது போலவேயிருக்கிறது. அவனோடு ஒரு கவளம் சோற்றைப் பகிர்ந்து சாப்பிட வேண்டும் என்றும் அந்தப் பாறையிடுக்கில் ஒரு இரவு தங்கிக்கொள்ள வேண்டும் என்றும் மனது ஆசைப்படுகிறது. இந்த நாவலின் வெற்றியே இதுதானோ?

எஸ்.ராமகிருஷ்ணன் ~ 151